रेन वॉटर हार्वेस्टिंग : काळाची गरज

प्रा. प्रवीण खांडवे,
अमरावती

#AnyoneCanPublish with
सकाळ प्रकाशन

#AnyoneCanPublish with

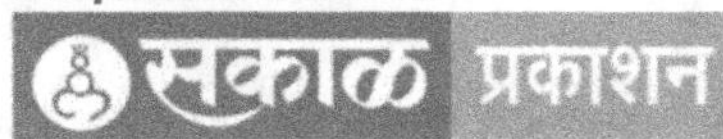

Rain Water Harvesting
© Prof. Pravin Khandve, 2023

रेन वॉटर हार्वेस्टिंग : काळाची गरज
© प्रा. प्रवीण खांडवे, २०२३

प्रथम आवृत्ती	:	२२ मार्च २०२३ (चैत्र शुक्ल १ गुढीपाडवा)
प्रकाशक	:	सकाळ मीडिया प्रा. लि.
		५९५, बुधवार पेठ,
		पुणे ४११ ००२
मुखपृष्ठ	:	प्रदीप खेतमर, आर्ट ॲडव्हर्टायझिंग
मांडणी	:	अनुज आर्ट्स

ISBN	:	978-93-95139-92-2
संपर्क	:	020-2440 5678 / 88888 49050
		sakalprakashan@esakal.com

Disclaimer :

Although the author has taken every effort to ensure that the information in this book was conect at the time of printing, the author and publisher do not assume and hereby disclaim any liability to any party, society for any loss, damage, or disruption caused by errors or omissions, whether such errors and omissions are caused due to negligence, accident, amendment in Act Rules Bye laws or any other cause. The views expressed in this book are those of the Authors and do not necessarily reflect the views of the Publishers

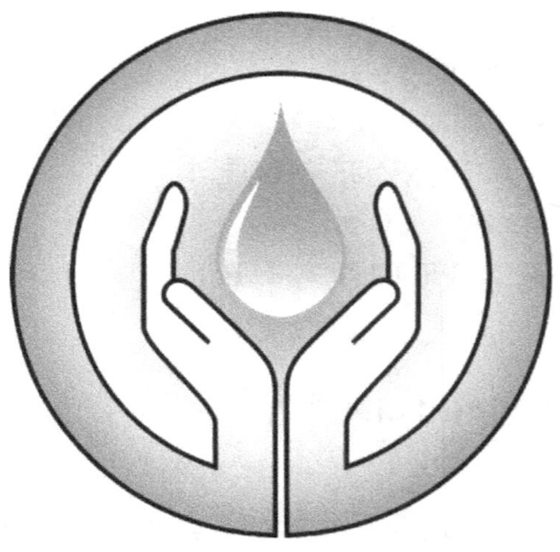

मेहनत, चिकाटी, प्रामाणिकता यांची प्रेरणा देणारे
माझे वडील **स्व. व्यंकटराव गणपतराव खांडवे,**

तसेच कलाकौशल्यांची शिकवण व संयम देणारी
माझी आई **स्व. श्रीमती विमल व्यंकटराव खांडवे**

व संस्कार देऊन सांभाळ करणारी
माझी आजी **स्व. तुळसाबाई बाजीराव हेडाऊ**
यांच्या पावन स्मृतीस समर्पित...

प्रा. प्रवीण खांडवे यांची इतर पुस्तके

✦ चिखलदरा टूरिस्ट गाइड एप्रिल १९९३   ₹ ५०/-

✦ रोजगार क्षमता कौशल्ये भाग–१
विजयश्री प्रकाशन, नागपूर. जुलै २०१२   ₹ १००/-

✦ रोजगार क्षमता कौशल्ये भाग–२
विजयश्री प्रकाशन, नागपूर, जुलै २०१३   ₹ १००/-

✦ पर्यावरण मित्र बना
ज्ञानपथ प्रकाशन, अमरावती, सप्टे. २०२२   ₹ २००/-

प्रा. प्रवीण खांडवे यांची आगामी पुस्तके

✦ अभ्यासाचे प्रभावी तंत्र   ₹ २००/-

✦ आधुनिक जीवनात भारतीय सणांचे महत्त्व   ₹ २००/-

✦ यशस्वी विद्यार्थ्यांची गुण कौशल्ये   ₹ २००/-

✦ ११ अपेक्षित प्रश्नोत्तरे संच सिविल इंजिनीअरिंग   ₹ ५००/-

✦ घन कचरा व्यवस्थापन क्रमिक पुस्तक   ₹ ४५०/-

✦ असा मी प्रवीण   ₹ २००/-

वरील पुस्तके मागविण्यासाठी संपर्क

प्रा. प्रवीण खांडवे 8275732298 या नंबर वर मेसेज पाठवा.

किंवा pvkhandve@gmail.com बाबर ई-मेल पाठवा.

हा गुगल पेचा QR Code स्कॅन करून आपण पैसे पाठवू शकता.

प्रस्तावना

पाणी जीवनासाठी आवश्यक आहे, आणि ते मर्यादित स्रोतांपासूनच मिळते ज्याचे संवर्धन आणि प्रभावीपणे व्यवस्थापन करणे आवश्यक आहे. पेयजलाच्या जागतिक जलसंकटामुळे पाण्याशी असलेल्या आपल्या नातेसंबंधाचे पुनर्मूल्यांकन करणे आणि त्याचे संरक्षण व संवर्धन करण्याचे मार्ग शोधणे आवश्यक झाले आहे. 'रेन वॉटर हार्वेस्टिंग-काळाची गरज' हे पुस्तक एक सर्वसमावेशक मार्गदर्शक आहे जे जलसंधारणाच्या विविध पैलूंचा शोध घेते, ज्यात पावसाचे पाणी साठवणे, पाणी झिरपणे, पाणी साठवणे आणि पाण्याचे संवर्धन करण्यासाठी सरकारी उपक्रमांचासुद्धा थोडक्यात उहापोह करण्यात आला आहे.

या पुस्तकात पावसाचे पाणी संकलन आणि संवर्धनाच्या इतिहासाचे स्पष्ट आणि संक्षिप्त विहंगावलोकन सादर केले आहे, जे वाचकांना आपल्या दैनंदिन जीवनात जलसंधारणाचे महत्त्व समजण्यास मदत करते. यात लेखकाने पावसाचे पाणी साठवण आणि जलसंधारणाशी संबंधित विविध मिथक आणि तथ्ये आणि पावसाचे पाणी साठवण्यासाठी आधुनिक पद्धतींचे महत्त्व अधोरेखित केले आहे.

या पुस्तकात भारतातील विविध राज्यांनी पावसाच्या

पाण्याची साठवण आणि जलसंधारणाला चालना देण्यासाठी केलेल्या प्रयत्नांचाही शोध घेतला आहे, ज्यात अमरावती जल चळवळ, जलसंधारणाच्या महत्त्वाविषयी जागरूकता निर्माण करण्याच्या उदेशाने असलेली सामाजिक चळवळ आहे. यात अटल भूजल योजनेची चर्चा केली आहे, हा सरकारी उपक्रम आहे ज्याचा उद्देश भारतातील प्रत्येक नागरिकाला पाण्याची हमी देणे आहे.

या पुस्तकात पाणी पाझरणे आणि पाणी साठवणे यातील फरक आणि सांडपाणी झिरपण्यासाठी जादुई खड्ड्यांचा वापर याविषयी तपशीलवार स्पष्टीकरण दिले आहे. यात जलस्त्रोतांपासून पाण्याचा अंदाज आणि जलप्रणालींचा शोध आणि संवर्धन यावर चर्चा केली आहे.

घर, शाळा, महाविद्यालये यासह प्रत्येक स्तरावर एकूण जलसंधारणाची गरज या पुस्तकात मांडण्यात आली आहे. यामुळे आपल्या दैनंदिन जीवनात पाणी वाचवण्यासाठी व्यावहारिक टिप्स तुम्हाला यात मिळतील. यामुळे शाळा आणि महाविद्यालयांमध्ये जलसंधारण शिक्षणाचे महत्त्व अधोरेखित होते.

रेन वॉटर हार्वेस्टिंग काळाची गरज हे पुस्तक लेखकाने स्वतः विविध प्रयोग व अभ्यास करून त्यांच्या निष्कर्षातून आलेल्या अनुभवांचा सार आहे. त्यामुळे यामधील सूचना आपल्या दिनचर्यामध्ये उतरविण्यास सोयीचे आहे. अनेक वेळा गावाबाहेरील प्रकल्प बांधकामाच्या साइटवर जवळच्या नदीपात्रामधील वाहत्या पाण्याच्या बाजूला खड्डे करून उपलब्ध झालेले पाणी आम्ही पीत असू. आता तशी परिस्थिती राहिली नाही कारण आज नद्यांचे वाहणे बंद झाले आहे. त्यामुळे बोअर वेल मधून पाणी उपसून पाणी मिळविण्याशिवाय पर्याय राहिला नाही. अशा वेळी भूजलाची उपलब्धता असणे गरजेचे आहे. त्यामुळे भविष्यातील पिढ्यांसाठी प्रत्येकाने स्वतःपासून पाणी काटकसरीने वापरणे व जमेल तसे पाणी संवर्धन सातत्याने सुरू राहील या दोन्ही गोष्टी करणे गरजेचे झाले आहे. यासाठी हे पुस्तक विद्यार्थी, संशोधक, धोरणकर्ते आणि आपल्या ग्रहाच्या भवितव्याबद्दल चिंतीत असलेल्या प्रत्येकासाठी हे एक मौल्यवान संसाधन आहे. मी लेखकांचे त्यांच्या उत्कृष्ट कार्याबद्दल आणि जलसंधारण आणि पावसाच्या पाण्याच्या संचयनाला प्रोत्साहन देण्याच्या त्यांच्या वचनबद्धतेबद्दल अभिनंदन करू इच्छितो.

छोटू काका
(श्री लक्ष्मीकांत वरणगावकर)
सेवानिवृत्त उपविभागीय अभियंता,
सार्वजनिक बांधकाम विभाग, अमरावती

मनोगत

मित्रांनो,

रेन वॉटर हार्वेस्टिंग-काळाची गरज या पुस्तकाची ही पहिली आवृत्ती आपणास सादर करताना मला अतिशय आनंद होत आहे. आपणास माहीत आहेच की 'जल ही जीवन है', 'जल है तो कल है'या म्हणी अतिशय प्रसिद्ध आहेत. आज आपण विज्ञान व तंत्रज्ञान क्षेत्रात प्रचंड प्रगती केली असली तरीही आपल्या मूलभूत गरजांपैकी पहिली महत्त्वाची गरज म्हणजे अन्न, ही पूर्ण करायची असेल तर शेती करावीच लागेल.

शेतीतून उत्पन्न घ्यायचे असेल तर फक्त कोरडवाहू शेतीवर अवलंबून राहणे जमणार नाही. त्यामुळे शेतीला मुबलक पाणी हे लागणारच. या अनुषंगाने माणसाने धरणांचे बांधकाम नद्यांवर सुरू केले व मागील काही वर्षांत आपण अनुभवले असेल की ज्या नद्या पहिले बारमाही वाहत होत्या त्यात फक्त पावसाळ्यातील दोन-तीन महिने पाणी दृष्टीस पडते. त्यामुळे धरण क्षेत्रातील लोकांना जरी पाणी उपलब्ध असले तरी अनेक धरणे ही मोठ्या शहरांची पिण्याच्या पाण्याची व्यवस्था करण्यासाठी निर्माण झालेली आहेत. काही धरणांमधून शेतीसाठी पाणी पुरवण्यासाठी असलेले कालव्यांचे काम अपूर्ण आहे व त्यातून योग्य प्रकारे शेतीसाठी पाणी पुरविले

जात नाही. अजूनही भारतातील अनेक ग्रामीण भागातील खेड्यांना भूजल उपसून पाणी पुरवठा केला जातो. यामुळे अनेक ठिकाणी मानवाने बोअरवेल करून पाणी उपसण्यास सुरुवात केली. त्यातही मागील वीस वर्षांत अनेक ठिकाणी मानवाने बोरवेल करून पाहिजे तेव्हा पाणी उपसणे अव्याहतपणे सुरू ठेवले आहे. वाढती लोकसंख्या, वाढते शहरीकरण, अन्नधान्याची वाढती गरज, उत्पादनाची पूर्णता व भौतिक सुखे निर्माण करण्यासाठी वाढते औद्योगिक उत्पादन यामुळे सर्वच क्षेत्रात पाण्याची आवश्यकता वाढलेली आहे. त्यामुळे पिण्याच्या पाण्याव्यतिरिक्त इतर पाणी मिळवण्यासाठी आपण बोरवेल व ट्युबवेल करून प्रचंड प्रमाणात भूजल उपसण्यास सुरुवात केली आणि यात भरीस भर म्हणून बोअरवेल करण्यासाठी उपलब्ध तंत्रज्ञान स्वस्त झाल्याने खेडोपाडी सर्वत्र ताबडतोब बोअरवेल करून मिळू लागली. काही ठिकाणी ऊस व संत्रा यासारखी जास्त पाण्याची गरज असणारी पिके घेण्यास सुरुवात झाल्याने त्यांनीही प्रचंड प्रमाणात भूगर्भातील पाणी ओढून घेतले. याचा परिणाम असा झाला की मागील वीस वर्षांत आपण झपाट्याने भूगर्भातील पाण्याचा साठा जवळपास नष्ट केला आहे. त्यामुळे आज साधारणतः दोनशे ते तीनशे फूट बोरवेल केल्यावरसुद्धा बोरवेलला पाणी लागण्याची शाश्वती नसते. काही भागात तर आजही आठशे फूट बोअरवेल केल्याशिवाय पाणी लागत नाही.

शासनाने भारतातील बावीस शहरांमध्ये झिरो डे येऊ शकतो असे सांगितले आहे. मित्रांनो, भूगर्भातील जे पाणी आपण आज ओढून घेतले ते मागील चाळीस ते पन्नास वर्षांपूर्वीचे नैसर्गिक पद्धतीने झिरपून भूगर्भात जमा झालेले होते. आपल्या प्रगतीच्या व विकासाच्या गोंडस नावाखाली आपण स्वतःसाठीच एक संकट निर्माण केले आहे ते म्हणजे भारतातील अनेक भागात भूजल जवळपास संपले आहे. जेव्हा सलग दोन-तीन वर्ष पावसाळ्यात पाऊस बरोबर न पडल्याने पाण्याची अडचण जाणवते त्यावेळी बोअरवेलवर जास्त विसंबून राहावेच लागते आणि अशातच जेव्हा तीनशे ते चारशे फुटावरसुद्धा भूगर्भात पाणी सापडत नाही त्यावेळी मग माणसाला हे समजते की आपण जलसंवर्धनाकडे लक्ष दिले नाही म्हणून हे घडले आहे.

अशाच कालावधीत २००३मध्ये मी आयटीआय अमरावती येथे नोकरीला नुकताच रुजू झालो होतो व संस्थेतील सार्वजनिक विहिरीतील पाण्याची पातळी खूप खोल गेली होती. त्यावेळी टेक्निकल हायस्कूल, अमरावती येथील प्राध्यापक श्री. अरविंद कडवे यांनी कार्यशाळेच्या इमारतीच्या छतावर पडणारे पावसाचे पाणी गोळा करून ते विहिरीमध्ये सोडण्याचा सल्ला दिला आणि त्यावेळी प्रथम रेन वॉटर हार्वेस्टिंग हा विषय मला कळला. व्यवसायाने स्थापत्य अभियंता असल्याने मी अनेक तांत्रिक बाबींचा अभ्यास केला. त्यावेळी अमरावती सार्वजनिक बांधकाम विभागाचे कार्यकारी अभियंता माननीय श्री. धनंजयजी धवड साहेब यांनी त्या वेळचे उपप्राचार्य श्री. बहाड साहेब यांच्या मार्गदर्शनाखाली मला

अमरावती विद्यापीठातील एका इमारतीच्या विहिरीला अशाच प्रकारचे रेन वॉटर हार्वेस्टिंग करून देण्याचे आदेश दिले. प्लंबर आणि फिटर व्यवसायाचे विद्यार्थी घेऊन माझे सहकारी श्री. पुसदकर सर यांच्यासोबत विद्यापीठाच्या इमारतीचे रेन वॉटर हार्वेस्टिंगचे काम आम्ही पूर्ण केले. त्यावेळी विद्यापीठालासुद्धा पाण्याची चणचण भासत असल्याने विद्यमान कुलगुरू माननीय श्रीमती. कमल सिंग मॅडम यांनी इतर इमारतींनासुद्धा रेन वॉटर हार्वेस्टिंग करावे अशी सूचना केली आणि अर्थातच ते काम पुन्हा माझ्याकडे आले. त्यावेळी २००४मध्ये उत्पादन भिमुख प्रशिक्षण योजना अंतर्गत विद्यार्थ्यांच्या सहकार्याने मी पुसदकर सर व कडू सर यांच्या सहकार्याने एकूण वीस इमारतींचे रेन वॉटर हार्वेस्टिंगचे काम पूर्ण केले. हे काम करीत असताना प्रत्यक्ष कामात अनेक अडचणी आल्या. या अडचणींवर कशाप्रकारे मात करावी यासाठी वेगवेगळ्या उपाययोजना करत करत आम्ही हे काम पूर्ण केले आणि तेव्हापासून रेन वॉटर हार्वेस्टिंग हे काम तंत्रशुद्धरित्या केले तरच उपयोगाचे पडते ही गोष्ट मला कळली आणि तेथून या विषयाच्या अभ्यासाला मी सुरुवात केली.

तेव्हा मला आठवले की, मी ज्या जिल्हा परिषद पूर्व माध्यमिक शाळेत चिखलदरा येथे शिकत होतो तेव्हा शाळेच्या मधल्या सुट्टीत आम्ही ज्या हापशीचे पाणी पीत होतो त्या ठिकाणी जमिनीखाली वीसफूट खोल शंभरफूट लांब व चाळीसफूट रुंद आकाराचे मोठे टाके इंग्रजांनी बांधले होते व आसपासच्या सर्व इमारतींच्या टीनावर पडणारे पावसाचे पाणी याच टाक्यात जमा केले जात होते. याच प्रमाणे चिखलदरा अप्पर प्लेटोवरील तहसील इमारतीलासुद्धा पावसाचे पाणी गोळा करण्याची व्यवस्था केली गेली होती. त्यानंतर अनेक वेगवेगळ्या ठिकाणी हे काम करण्याची संधी मला मिळत गेली आणि त्यानुसार आपसूकच जलसंवर्धन या विषयाकडे माझे लक्ष वेधल्या गेले. तेव्हापासून मी जलसंवर्धन व रेन वॉटर हार्वेस्टिंग या क्षेत्रामध्ये तांत्रिक सहाय्य देण्याचे ठरविले. त्यामुळे वेगवेगळ्या ठिकाणी बोलवणे आल्यानुसार तेथील परिस्थिती पाहून तांत्रिकदृष्ट्या उपाययोजना करून रेन वॉटर हार्वेस्टिंग करून भूगर्भातील जलसाठा कसा वाढवता येईल यासाठी कार्य आजतागायत सुरू आहे. २०१७ ते २०१९ या कालावधीमध्ये अमरावती शहरांमध्येसुद्धा जेव्हा पाण्याची कमतरता भासायला लागली तेव्हा महानगरपालिका अमरावती तर्फे अमरावती पाणी फाउंडेशन हा गट निर्माण करून शहरांमध्येसुद्धा रेन वॉटर हार्वेस्टिंग संबंधी प्रसार व प्रचाराचे कार्य मोठ्या प्रमाणावर करण्याची संधी मला प्राप्त झाली.

या अनुषंगाने माझा अभ्याससुद्धा वाढला आणि याच सगळ्या कार्यातील अनुभव व तांत्रिक माहिती मी लेखांच्या स्वरूपामध्ये मांडण्यास सुरुवात केली. अशा काही लेखांचे एकत्र मिळून हे पुस्तक प्रकाशनापर्यंत पोहोचिले आहे. अनेक ठिकाणी मी या विषयावर मार्गदर्शन करण्यासाठी गेल्याने माझ्यावर विविध प्रश्नांचा भडिमार होत गेला व त्यांची उत्तरे शोधण्यासाठी मी अभ्यास व वाचन करीत गेलो आणि त्यामुळे या विषयावरील हे

पुस्तक आपल्यासमोर आज तयार आहे. पुढील काळात आणखीन काही तांत्रिक बाबीसुद्धा या पुस्तकात समाविष्ट केल्या जातीलच व लवकरच हिंदी आणि इंग्रजीमध्येसुद्धा हे पुस्तक प्रकाशित करण्यात येणार आहे. आपले याबाबत काही प्रश्न असल्यास आपण मला ईमेल द्वारे किंवा मेसेजद्वारे संपर्क करू शकता. जास्तीत जास्त लोकांपर्यंत रेन वॉटर हार्वेस्टिंग व जलसंवर्धन कसे महत्त्वाचे आहे ही माहिती पोहोचवण्याकरता हे पुस्तक प्रकाशन करण्याचे ठरविण्यात आले. लोकांच्या प्रश्नांची उत्तरे देण्यासाठी लवकरच रेन वॉटर हार्वेस्टिंग ही ॲपसुद्धा आपण विकसित करीत आहोत. त्याचप्रकारे ग्रामीण व शहरी भागात जलसंवर्धनासाठी विविध तंत्रज्ञान वापरून तरुण युवक स्वतःचा स्वयंरोजगारसुद्धा सुरू करू शकतात त्यासाठी संपूर्ण मार्गदर्शनाची पंधरा व्हिडिओची व्हिडिओ सिरीज माझ्या यूट्यूब चॅनेलवर लवकरच येत आहे. हा विषय संपूर्ण महाराष्ट्रभर पसरवावा यासाठी संयोगाने मी 'सकाळ प्रकाशन'च्या संपर्कात आलो आणि ताबडतोब हे पुस्तक प्रकाशित करण्याचा निर्णय घेतला. माझी नियमित नोकरी व काम सांभाळून अनेक ठिकाणी मी रेन वॉटर हार्वेस्टिंगचे कार्य पुढे नेऊ शकलो यासाठी मला माझ्या सर्व कुटुंबाचे विशेषतः माझ्या पत्नीचे मोलाचे सहकार्य लाभले. पहिल्या भेटीतच सकाळ प्रकाशनाने पुस्तक प्रकाशित करण्यासाठी होकार दाखविला, त्याबद्दल मी त्यांचा फारच आभारी आहे माझ्या या प्रवासात व पुस्तक लेखनाच्या कामात ज्यांचे प्रोत्साहन मिळाले व त्या सर्वांचे आभार मानावे तेवढे थोडेच आहेत.

– प्रवीण खांडवे,
अमरावती

तरुण भारत संघ

TARUN BHARAT SANGH

VILLAGE: BHEEKAMPURA, P.O.: KISHORI, BLOCK: THANAGAZI, DISTRICT: ALWAR, PIN: 301022, STATE: RAJASTHAN, INDIA
E-MAIL: info@tarunbharatsangh.org • WEBSITE: www.tarunbharatsangh.org • TELEPHONE: +91 1465 225043, 9414019456

शुभकामना संदेश

प्रिय प्रो. प्रवीण खांडवे,
वर्षा जल संचयन तज्ञ
सचिव, एकात्मिक पर्यावरण मित्र संस्था, अमरावती

आपके द्वारा लिखित पुस्तक ''रेन वाटर हार्वेस्टिंग–काळाची गरज'' में वर्षा जल संचयन करने की महत्वपूर्ण जानकारी दी गई है, जो आज बढ़ते जल संकट की समस्या का समाधान करने में मददगार होगी। इसके लिए यह पुस्तक एक उत्कृष्ट स्रोत है।

इस पुस्तक के माध्यम से वर्षा जल संचयन हेतु राज–समाज को जागरूक करने का अच्छा प्रयास है। जिससे जल का रक्षण–संरक्षण के महत्व को समझाने में मदद होगी।

अमरावती तथा विदर्भ प्रदेश में वर्षा जल संचयन को बढावा देने तथा लोगों तक इस विषय को पुस्तक के माध्यम से पहुचाने के लिये लेखक के काम की सराहना करता हुँ। पुस्तक के माध्यम से वर्षा जल संचयन के प्रसार–प्रचार हेतु आपको अनेक शुभकामनाएँ।

आपका

राजेन्द्र सिंह
अध्यक्ष, तरुण भारत संघ

आमप्रकाश उर्फ बच्चू बा. कडू

आमदार,

प्रहार संस्थापक

१४ वि, अचलपूर विधानसभा (०४१) मतदार क्षेत्र,
६६ सी. मनोरा आमदार निवास रूम नं. ६६ सी.
नरीमन पॉईंट– मुंबई, **3533**
मो.२२८५४५४५

जिल्हा :– अमरावती

।। पाण्यासाठी दुष्ट होणार, पुन्हा रक्त सांडणार पाण्यासाठी, पाणी वाचवा पाणी जिरवा राष्ट्रहितासाठी, हिच पुजा ठरेल परतीमतेची ।।

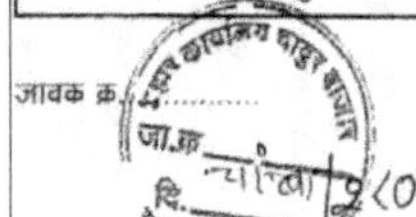

(टिप:–पत्राचा गैरफायदा होत असेल तर हे पत्र रद्द समजावे.)

दिनांक १०|३|२०२३

शुभेच्छा पत्र

प्रती,

प्रा. प्रवीण खांडवे,
पर्यावरण तज्ञ, अमरावती

महोदय,

रेन वॉटर हार्वेस्टिंग या विषयाबरील तुमच्या उत्कृष्ट पुस्तकाबद्दल कृतज्ञता व्यक्त करण्यासाठी मी हे पत्र लिहित आहे. ज्यांना पाणी वाचवण्यात आणि त्याचा हुशारीने वापर करण्यात रस आहे अश्या अनेक लोकांना तुमच्या सर्वसमावेशक आणि माहितीपूर्ण मार्गदर्शनाने खूप मदत झाली आहे.

जगातील अनेक भागांमध्ये पाण्याची टंचाई हे एक महत्त्वाचे आव्हान बनले आहे आणि महाराष्ट्र राज्यही त्याला अपवाद नाही. अलीकडच्या काळात, जलसंधारणाचा मुद्दा अधिक महत्त्वाचा बनला आहे आणि ज्यांना या विषयाबद्दल जाणून घ्यायचे आहे त्यांच्यासाठी तुमचे पुस्तक एक उत्कृष्ट स्रोत प्रदान करते.

तुम्ही लिहिलेलेपुस्तक चांगले, संक्षिप्त आणि समजण्यास सोपे आहे. यात पावसाचे पाणी साठवण्याच्या विविध तंत्रांचा आणि पद्धतींचा समावेश आहे आणि जलसंवर्धनासाठी या दृष्टिकोनाचे फायदे आणि आव्हाने यावर मौल्यवान अंतर्दृष्टी प्रदान केली आहे. विविध प्रकारच्या रेन वाटर हार्वेस्टिंग संरचनांचे तुमचे तपशीलवार स्पष्टीकरण आणि ते स्थापित करण्यासाठी चरण-दर-चरण सूचना खूप उपयुक्त आहेत.

प्रत्यक्षात काम करून, संशोधन करून आणि हे पुस्तकलेखनासाठी तुम्ही घेतलेल्या मेहनत आणि समर्पणाची मी प्रशंसा करतो. जलसंधारणासाठी हे एक मोठे योगदान आहे आणि मला खात्री आहे की या दिशेने पाऊल उचलण्यासाठी अनेकांना प्रेरणा मिळेल.

पुन्हा एकदा, या महत्त्वाच्या विषयावर आपले ज्ञान आणि कौशल्य सामायिक केल्याबद्दल धन्यवाद. तुमचे पुस्तक हे एक मौल्यवान स्रोत आहे आणि मला खात्री आहे की पुढील अनेक वर्षे त्याचा फायदा सर्वांना होत राहील.

आपला स्नेहांकीत

(बच्चू बा. कडू)

पत्ता :– फीनले मिल जवळ अचलपूर निवास. फोन नं.०७२२३–२५२२३३
PraharOnline@.com / www. Praharindia.com

।। उर्जा ही राष्ट्राची संपत्ती तिची करा बचत होईल शेतकऱ्याला मदत देशहितासाठी ।।

अनुक्रमणिका

गेली काही वर्षे पर्यावरण दिन निमित्त पाण्याचे संवर्धन आणि संरक्षण या विषयावर लेखकाने जनजागृती साठी लेख लिहिले. हे सर्व लेख आघाडीच्या वृत्तपत्रांत छापून आलेले आहेत.

माझे प्रेरणा स्थान :
जलपुरुष मा. श्री राजेंद्र सिंह

पाणी हे या पृथ्वीतलावरील जीवनाचे स्रोत आहे असे म्हटले जाते आणि त्याचे संवर्धन करण्यासाठी रात्रंदिवस काम करणारे लोक सुपरहिरोपेक्षा कमी नाहीत. जलसंधारणाच्या मोहिमेसाठी जीवन अर्पण करून ज्यांनी "भारताचे जलपुरुष" अशी पदवी मिळविली असे श्री. राजेंद्र सिंह हे माझे प्रेरणास्रोत आहेत. राजेंद्र सिंह हे भारताचे जलपुरुष म्हणून ओळखले जातात. उत्तर प्रदेशातील बागपत जिल्ह्यात जन्मलेल्या राजेंद्र सिंह यांनी त्यांच्या शाळेतील इंग्रजी शिक्षक आणि गांधी पीस फाऊंडेशनच्या सदस्याकडून समाजसेवेची आणि ग्राम उन्नतीची प्रेरणा घेतली. देशातील विविध गावांमध्ये ग्रंथालये उघडण्यापासून ते दारूबंदी आणि प्रौढ शिक्षणापर्यंत अनेक कामे झाली. राजस्थानमधील आर्वरी नदीचे पुनरुज्जीवन ही त्यांची सर्वांत महत्त्वाची कामगिरी होती. अनेक दशकांपासून कोरड्या पडलेल्या आर्वरी नदीचे 'तरुण भारत संघ' या स्वयंसेवी संस्थेने जोहाड (लहान बंधारे) आणि पाण्याच्या टाक्या, तलाव, छोटे कालवे इत्यादींच्या बांधकामाद्वारे पुनरुज्जीवन केले. आता पाण्याचा बारमाही स्रोत असलेल्या या नदीने या भागातील लोकांचे जीवन बदलले आहे, त्यांना आता पाण्याच्या शोधात स्थलांतर करावे लागणार नाही.

या कार्यासाठी त्यांना 'जलसंधारण क्षेत्रातील नोबेल पारितोषिक' आणि प्रतिष्ठित स्टॉकहोम जल पुरस्कार आणि मॅगसेसे पुरस्कारासह इतर अनेक पुरस्कारांनी सन्मानित

करण्यात आले. त्यांचे जीवन तरुण, व्यावसायिक आणि पर्यावरण संरक्षण आणि शाश्वत विकासात रस असलेल्या विद्यार्थ्यांसाठी आशेचा किरण आहे.

दि. ६ ऑगस्ट १९५९ रोजी जन्मलेले राजेंद्र सिंह हे पर्यावरणवादी असून ते हिंदी साहित्यात आयुर्वेदिक औषध पदवीधर आणि पदव्युत्तर पदवीधर आहेत. शिक्षण पूर्ण केल्यानंतर ते १९८०मध्ये सरकारी सेवेत रुजू झाले आणि जयपूरमध्ये शिक्षणासाठी राष्ट्रीय सेवा स्वयंसेवक म्हणून त्यांची कारकीर्द सुरू झाली, तेथून त्यांची राजस्थानमधील दौसा जिल्ह्यातील प्रौढ शिक्षण शाळांवर देखरेख करण्यासाठी नियुक्ती करण्यात आली. येथूनच ते तरुण भारत संघामध्ये सामील झाले, जो सुरुवातीला कॅम्पस आगीत पीडितांना मदत करण्याच्या उद्देशाने स्थापन झाला होता. तथापि, १९८४मध्ये संपूर्ण संघटना त्यांच्यावर सोपवली गेली हेच वळण त्यांना जल संवर्धनाच्या जगात घेऊन गेले. एका गोष्टीने आणखी एक गोष्ट उफाळून आली आणि त्याच वर्षी लोकांबरोबर जवळून काम करण्याचा अनुभव घेतल्यानंतर, विकासाच्या मुद्द्यांबद्दल त्यांच्या वरिष्ठांच्या उदासीनतेमुळे आणि त्याचा मोठा प्रभाव पाडण्यास स्वतःच्या अक्षमतेमुळे निराश होऊन त्यांनी नोकरी सोडली. त्यांनी आपले सर्व घरगुती सामान तेवीस हजार रुपयांना विकले आणि २ ऑक्टोबर १९८५ रोजी अलवर जिल्ह्यातील थानागाझी तहसीलमधील किशोरी गावात तरुण भारत संघाच्या चार मित्रांसह शेवटच्या स्टॉपसाठी बसचे तिकीट काढले.

सुरुवातीला खात्री न झाल्याने शेजारील भिकमपुरा गावातील ग्रामस्थांनी त्यांना स्वीकारले आणि येथे त्यांना राहण्यासाठी जागा मिळाली. एकेकाळी धान्याची मोठी बाजारपेठ असलेला अलवर जिल्हा वर्षानुवर्षे जंगलतोड आणि आधुनिक शोषक बोअरवेलवर अवलंबून राहण्याऐवजी चेकडॅम बांधणे किंवा जोहाड यांसारख्या पारंपरिक जलसंधारण तंत्रांचा ऱ्हास झाल्यानंतर कोरडा व नापीक झाला होता. या टप्प्यावर, ते मंगू लाल मीना या गावप्रमुखाला भेटले ज्याने त्यांना "जोहड", मातीचे चेक बंधारे, ज्यांचा वापर पारंपरिकपणे पावसाचे पाणी साठवण्यासाठी आणि भूजल पुनर्भरण करण्यासाठी केला जातो, यावर काम करण्यास प्रोत्साहित केले.

ज्या भागाला पाणीटंचाईमुळे 'डार्क झोन' म्हणून घोषित करण्यात आले होते, तो भाग पुढील तीन वर्षांत 'व्हाइट झोन'मध्ये बदलला गेला होता तरीही त्यांच्या साथीदारांनी काही स्थानिक तरुणांच्या मदतीने आणि गोपाळपुरा जोहाडच्या मदतीने त्यांचे मार्ग वेगळे केले. वन विभागाने स्वयंसेवी संस्थेला उद्यानाच्या व्यवस्थापनात सक्रिय सहभाग घेण्यासाठी आमंत्रित केले आणि सरिस्का अभयारण्याच्या सीमेवर असलेल्या किशोरी-भिकमपुरा येथील तरुण आश्रम, तरुण भारत संघाचे मुख्यालय बनले. १९८६मध्ये राजेंद्र सिंह यांनी त्यांची पहिली पदयात्रा (वॉकाथॉन) परिसरातील गावांमधून काढली. गावांना जुने चेक बंधारे पुनर्बांधणीसाठी शिकवले. कालांतराने राजेंद्र सिंह आणि त्यांच्या स्वयंसेवी संस्थेने सर्वोच्च

न्यायालयात जनहित याचिका दाखल केली, ज्याने १९९१मध्ये अरावलीतील खाणकामावर बंदी घातली. त्यानंतर मे १९९२मध्ये पर्यावरण आणि वन मंत्रालयाच्या अधिसूचनेने अरवली डोंगराळ प्रदेशात खाणकामावर बंदी घातली आणि सरिस्का अभयारण्य बफर क्षेत्र आणि परिघात कार्यरत असलेल्या ४७० खाणी बंद करण्यात आल्या. १९९५मध्ये अभयारण्यात ११५ मातीच्या आणि काँक्रीटच्या संरचना आणि बफरमध्ये ६०० इतर संरचना बांधल्यानंतर अरावरी एक बारमाही नदी बनली आणि तिला 'आंतरराष्ट्रीय नदी पुरस्कार' देण्यात आला आणि मार्च २०००मध्ये 'द डाउन टू अर्थ - जोसेफ. सी. जॉन' पुरस्कार तत्कालीन राष्ट्रपती के.आर. नारायणन यांच्या हस्ते ग्रामस्थांना प्रदान करण्यात आला. येत्या काही वर्षांत रुपारेल, सरसा, भगणी आणि जहजवली या नद्यांचे पुनरुज्जीवन झाले, त्या भागातील गावांची लोकसंख्या वाढली आणि शेतीची कामे पुन्हा सुरू करता येतील.

येत्या काही वर्षांत, टीबीएसची संख्या वाढली आणि राजस्थानच्या अकरा जिल्ह्यांतील ८५० गावांमध्ये ४५०० जोहाड बांधले. राजेंद्र सिंह यांना समुदाय नेतृत्वासाठी मॅगसेसे पुरस्कार, जमनालाल बजाज पुरस्कार आणि स्टॉकहोम वॉटर पुरस्कार प्रदान करण्यात आला. त्यांनी वादग्रस्त लोहारीनाग पाला जलविद्युत प्रकल्प थांबवण्यात महत्त्वाची भूमिका बजावली, २००९मध्ये पर्यावरणवादी आणि स्वयंसेवी संस्थांच्या गटासह मुंबई शहरातून लुप्तप्राय मिठी नदीच्या काठावर काढलेल्या पदयात्रेचे (वॉकाथॉन) नेतृत्व केले आणि काठावर परिक्रमा केली. गोदावरी नदी, त्र्यंबकेश्वर ते पैठणपर्यंत लोकांना २०१४मध्ये नदी प्रदूषणमुक्त करण्याचे आवाहन करण्यासाठी राजेंद्र सिंह यांचे हे समर्पण आणि संघर्ष आता एका कथेत एकत्र केले जात आहे आणि चित्रपट निर्माता आणि दिग्दर्शक रवींद्र चौहान यांनी डॉक्युमेंट्रीच्या रूपात तयार केले आहे, म्हणजे "जल पुरुष की कहानी."

कोणत्याही कारणावर ठाम विश्वास ठेवणारे फार कमी लोक असतात आणि त्यात स्वतःला झोकून देण्याचे धाडस असणारे फार कमी असतात! अशा प्रकारे राजेंद्र सिंग ऊर्फ द वॉटरमॅन ऑफ इंडिया हे सर्व पैलूंमध्ये माझ्यासाठी एक अनुकरणीय प्रेरणास्थान आहेत! जलसंधारण प्रकल्पांच्या नियोजन आणि अंमलबजावणीमध्ये स्थानिक समुदायांचा सहभाग त्यांच्या यशासाठी आवश्यक आहे, असे राजेंद्र सिंह यांचे मत आहे. हा दृष्टिकोन केवळ गावकऱ्यांमध्ये मालकीची भावना निर्माण करण्यास मदत करत नाही तर प्रकल्पांची शाश्वततादेखील सुनिश्चित करतो. या मुळे रेन वॉटर हार्वेस्टिंगसाठी काम करताना मी लोकांना मिशनमध्ये सहभागी करून घेण्याची व त्यांच्यात मालकीची भावना निर्माण होण्यासाठी तसेच त्यांच्यात कामाप्रती जबाबदारी आपोआप निर्माण व्हावी यासाठी प्रयत्नशील राहणार आहे.

राजेंद्र सिंह यांचे कार्य म्हणजे जलसंवर्धन हे केवळ पाण्यापुरते मर्यादित नव्हते तर पर्यावरण संरक्षण, नैसर्गिक साधनसंपत्तीचे संरक्षण आणि त्यांच्यावर अवलंबून असलेल्या लोकांचे जीवनमान सुधारण्याचे उद्दिष्ट होते. या दृष्टिकोनामुळे जलसंधारण प्रकल्पांचे फायदे केवळ

भूजल पुनर्भरणापुरतेच मर्यादित न राहता शाश्वत शेती, जैवविविधता संवर्धन आणि गरिबी निवारणाच्या रूपातही आले. यामुळे पर्यावरण आणि अर्थशास्त्र या सगळ्या एकमेकांशी जोडलेल्या गोष्टी आहेत. म्हणजे श्रीमंत होण्यासाठी फक्त पैशाचा विचार करून चालणार नाही तर सोबत पर्यावरण कसे संरक्षित राहील यासाठी महत्त्वाची कडी म्हणजे जलसंवर्धन कार्य होय. यामुळे जलसंवर्धन करण्यासाठी प्रत्येकाने सहभागी होणे काळाची गरज आहे. यामुळेच मी प्रत्येकाने घरोघरी जलसंवर्धन कसे करावे यासाठी काम करण्याचे ठरविले आहे.

राजेंद्र सिंह यांनी जलसंधारणासाठी जोहाडांचा (पारंपरिक लहान बंधारे) मुबलक प्रमाणात वापर केला. त्यांचा असा विश्वास आहे की, 'शतकानुशतके विकसित झालेल्या पारंपरिक ज्ञानामध्ये शाश्वत पाणी व्यवस्थापनाच्या दृष्टीने बरेच काही आहे.' यामुळे कोणत्याही क्षेत्रात कोणतीही गोष्ट करण्यापूर्वी ती करण्याची पारंपरिक पद्धत नक्कीच समजून घ्यायला हवी हे आपण लक्षात ठेवले पाहिजे. तसेच पाणीटंचाईवर मात करण्यासाठी राजेंद्र सिंह यांनी पारंपरिक ज्ञानाच्या जोडीने आधुनिक तंत्राचा वापर केला. त्यांनी स्थानिक परिस्थिती आणि गरजांच्या आधारे त्यांची रणनीतीदेखील स्वीकारली. म्हणून आधुनिक पद्धतीने रेन वॉटर हार्वेस्टिंग करताना स्थानिक पारंपरिक पद्धती कशा आहेत यांचा अभ्यास करून संमिश्र कार्यपद्धती वापरण्याचे मी ठरविले आहे.

राजेंद्र सिंह यांना आपले ध्येय साध्य करण्यासाठी कधीही घाई नव्हती. परंतू सातत्याने काम करीत राहिल्याने जोडलेले लोक व समाजाच्या मदतीने त्यांनी जलसंधारणाचे चित्र बदलले. सामाजिक, सामुदायिक व विकेंद्रित जल व्यवस्थापनाद्वारे तेरा हजारांहून अधिक जलसंरचना तयार करण्यात आल्या, ज्यामुळे तेरा नद्यांचे पुनरुज्जीवन करण्यात आले. या कामामुळे हवामान बदल, अनुकूलन आणि निर्मूलन झाले. यावरून मी ठरविले की, आपण फक्त योग्य गोष्टीसाठी पुढे जात राहू, हळूहळू अनेक लोकं सोबत येथील व मोठा कारवां तयार होत जाईल, सर्वत्र मदत मिळेल. म्हणून मी माझ्याकडून जसे जमेल तसे जलसंवर्धन व रेन वॉटर हार्वेस्टिंगसाठी सातत्याने काम करीत राहणार. श्री. राजेंद्र सिंह यांच्या कार्यपद्धतीमुळे मला ही प्रेरणा मिळाली की जेव्हा पाण्याच्या संकटासारखी समस्या समाजाचा सहभाग, सर्वांगीण दृष्टीकोन, पारंपरिक ज्ञान आणि नाविन्य आणि अनुकूलता याद्वारे सोडवता येते, तेव्हा आपण त्याचा उपयोग आपल्या जीवनातील इतर अनेक समस्या सोडवण्यासाठी करू शकतो. आणि म्हणून जलसंवर्धनच्या कामासाठी श्री. राजेंद्र सिंह हे माझे प्रेरणास्थान आहेत.

श्री. प्रवीण खांडवे,
अमरावती

∗∗∗

भारतातील जलसंधारण आणि पावसाचे पाणी साठवण्याचा इतिहास

भारत हा वैविध्यपूर्ण हवामानाचा देश आहे, ज्यामध्येजास्त ओले ते जगातील सर्वात कोरडे प्रदेश यांचा समावेश आहे. देशाच्या अनेक भागांमध्ये पाण्याची टंचाई ही एक जुनी समस्या आहे आणि शाश्वत पाणी पुरवठा सुनिश्चित करण्यासाठी पावसाच्या पाण्याचे संवर्धन आणि साठवण करण्याचे महत्त्व लोकांनी फार पूर्वीपासून ओळखले आहे. सिंधू संस्कृतीच्या पुरातत्व स्थळांमध्ये अत्याधुनिक जल व्यवस्थापन प्रणालीच्या पुराव्यासह भारतातील जलसंधारण आणि पावसाचे पाणी साठवण्याचा इतिहास प्राचीन काळापासूनचा आहे. २६०० इसवीसन पूर्व ते १९०० इसवीसन पूर्वपर्यंत भरभराट झालेल्या सिंधू संस्कृतीत, लोकांकडे पाणीपुरवठा आणि सांडपाण्याची विस्तृत व्यवस्था होती. उदाहरणार्थ, मोहेंजोदारो आणि हडप्पा या शहरांमध्ये सांडपाण्यासाठी भूमिगत वाहिन्यांचे सुनियोजित जाळे होते, जे सार्वजनिक स्नानगृहे, शौचालये आणि विहिरींना जोडलेले होते.

पावसाचे पाणी गोळा करून आणि साठवून ठेवणाऱ्या जलाशय आणि टाक्यांच्या व्यवस्थेसह पाणीपुरवठाही व्यवस्थित होता. टाक्यांची रचना ही गाळ मलबा आणि गाळ फिल्टर करण्यासाठी, घरगुती आणि कृषी वापरासाठी शुद्ध पाणी सुनिश्चित करण्यासाठी केली गेली होती. ३२१ इसवीसन पूर्व ते १८५ इसवीसन पूर्व पर्यंत भारताच्या मोठ्या भागावर राज्य करणारे मौर्य साम्राज्य त्याच्या जल व्यवस्थापन आणि संवर्धन पद्धतींसाठीदेखील

ओळखले जाते. २६८ इसवीसन पूर्व ते २३२ इसवीसन पूर्व राज्य करणाऱ्या सम्राट अशोकाने पाण्याचा प्रवाह नियंत्रित करण्यासाठी आणि पूर टाळण्यासाठी अनेक जलाशय, कालवे आणि धरणे बांधली. पावसाचे पाणी साठवण्यासाठी विहिरी आणि टाक्या बांधण्यास तसेच मातीची धूप रोखण्यासाठी आणि भूजल पुनर्भरणासाठी झाडे लावण्यासही त्यांनी प्रोत्साहन दिले.

मुघल काळात (१५२७ - १८५७), जलसंधारण आणि पर्जन्यसुगी (रेन वॉटर हार्वेस्टिंग) यांनी अत्याधुनिकतेची नवीन उंची गाठली. मुघल शासक, जे त्यांच्या बागा आणि कारंजे यांसाठी प्रसिद्ध होते, त्यांनी विस्तृत पाणीपुरवठा आणि वितरण प्रणाली तयार केली ज्यात पावसाचे पाणी साठवणे, भूमिगत विहिरी आणि जलवाहिनी यांचा समावेश होता. उदाहरणार्थ, श्रीनगरमधील प्रसिद्ध शालीमार बागेत वाहिन्या आणि कारंजे आहेत जी गुरुत्वाकर्षणाचा वापर करून जवळच्या तलावातून पाणी वितरीत करतात. मुघलांनी पायऱ्या पायऱ्यांच्या (स्टेपवेल) विहिरीदेखील बांधल्या ज्या अद्वितीय रचना आहेत ज्यामुळे लोकांना पाण्याच्या पातळीपर्यंत जाणाऱ्या पायऱ्यांच्या मालिकेद्वारे भूजलापर्यंत प्रवेश करता येतो.विसाव्या शतकात, भारत एक स्वतंत्र राष्ट्र म्हणून, जलसंधारण आणि पावसाच्या पाण्याची साठवण वाढत्या प्रमाणात महत्त्वाची बनली.विशेषतः जलद शहरीकरण आणि औद्योगिकीकरणाच्या पार्श्वभूमीवर. १९८७मध्ये सुरू करण्यात आलेल्या राष्ट्रीय जलसंधारण आणि संवर्धन कार्यक्रमासह पावसाच्या पाण्याच्या संचयनाला प्रोत्साहन देण्यासाठी सरकारने अनेक उपक्रम सुरू केले. जलसंधारणाच्या महत्त्वाविषयी जागरुकता निर्माण करणे आणि पावसाच्या पाण्याच्या संचयनाच्या संरचना बांधकामासाठी तांत्रिक आणि आर्थिक सहाय्य प्रदान करणे हा या कार्यक्रमाचा उदेश होता. २००१मध्ये, भारत सरकारने शहरी भागातील सर्व इमारतींना रेन वॉटर हार्वेस्टिंग सिस्टम असणे अनिवार्य केले. आज, रेन वॉटर हार्वेस्टिंग ही भारतात सर्वत्र स्वीकारलेली प्रथा बनली आहे.सरकारी आणि गैर-सरकारी संस्था (एनजीओ) पाणी टंचाई कमी करण्यासाठी आणि पाण्याची गुणवत्ता सुधारण्याचे एक साधन म्हणून त्याचा प्रचार करतात. चेन्नई, बंगलोर आणि दिल्लीसारख्या अनेक शहरांनी पावसाचे पाणी साठवण्याचे कार्यक्रम वेगवेगळ्या प्रमाणात यशस्वीरित्या राबवले आहेत. सेंटर फॉर सायन्स अँड एन्व्हायर्नमेंट (CSE) आणि वॉटर एड फाऊंडेशन यांसारख्या स्वयंसेवी संस्थादेखील पावसाच्या पाण्याच्या संचयनाला प्रोत्साहन देण्यासाठी आणि जलसंवर्धनाच्या गरजेबद्दल जागरुकता निर्माण करण्यात सक्रियपणे सहभागी आहेत.

जगाच्या लोकसंख्येच्या १७% लोकं भारतामध्ये आहेत, परंतु गोड्या पाण्याच्या संसाधनांपैकी फक्त ४% पाणी भारतात आहे. केंद्रीय जल आयोग (CWC) नुसार, भारतात सरासरी वार्षिक पर्जन्यमान सुमारे ११७० मिमी आहे, परंतु असमान वितरण आणि खराब व्यवस्थापनामुळे, अनेक प्रदेशांना तीव्र पाणी टंचाईचा सामना करावा लागतो. हवामान

बदल, जंगलतोड आणि भूजलाचा ऱ्हास यांसारख्या कारणांमुळे परिस्थिती आणखी बिकट झाली आहे. लोकसंख्या वाढ, शहरीकरण आणि औद्योगिकीकरणामुळे भारतातील पाण्याची मागणी वाढण्याची अपेक्षा आहे. नीती आयोगाच्या अहवालानुसार, २०३०पर्यंत भारताची पाण्याची मागणी उपलब्ध पुरवठ्यापेक्षा दुप्पट होण्याची शक्यता आहे, ज्यामुळे पाणीटंचाईचे संकट निर्माण होणार आहे. या आव्हानाला सामोरे जाण्यासाठी, सरकारने जलसंधारण आणि पावसाचे पाणी साठवण्यासाठी अनेक उपक्रम सुरू केले आहेत. २०१९मध्ये सुरू झालेल्या जल शक्ती अभियानाचे उद्दिष्ट जलसंधारण, पावसाचे पाणी साठवणे आणि भूजल पुनर्भरण यावर लक्ष केंद्रित करून देशासाठी सर्वसमावेशक जल सुरक्षा योजना तयार करणे आहे. या योजनेने देशातील २५६ पाण्याचा ताण असलेले जिल्हे ओळखले आहेत, जेथे जलसंधारणाच्या उपाययोजनांना प्राधान्य दिले जाईल. सरकारने रेन वॉटर हार्वेस्टिंग सिस्टीमचा अवलंब करण्यास प्रोत्साहन दिले आहे, ते स्थापित करणाऱ्या व्यक्ती आणि संस्थांना सबसिडी आणि कर सवलती देऊन. जलशक्ती मंत्रालयाच्या अहवालानुसार, देशात ५३,००० चौरस किलोमीटर क्षेत्रामध्ये ३० लाख (३ दशलक्ष) पेक्षा जास्त पावसाच्या पाण्याची साठवण संरचना बांधण्यात आली आहे. यामुळे भूजल पुनर्भरण, वाहून जाणारे पाणी कमी करण्यात आणि घरगुती आणि शेतीसाठी पाण्याची उपलब्धता सुधारण्यात मदत झाली आहे.

भारतातील अनेक राज्यांनी जलसंधारण आणि पावसाचे पाणी साठवण्याचे काम हाती घेतले आहे, ज्यामध्ये वेगवेगळ्या प्रमाणात यश आले आहे. उदाहरणार्थ, तमिळनाडू हे २००३मध्ये सर्व इमारतींसाठी रेन वॉटर हार्वेस्टिंग अनिवार्य करणारे पहिले राज्य होते. परिणामी, राज्याने भूजल पातळी आणि पाण्याची उपलब्धता यामध्ये लक्षणीय सुधारणा पाहिली आहे. त्याचप्रमाणे, राजस्थान राज्याने मुख्यमंत्री जल स्वावलंबन अभियान राबवले आहे, ज्याचा उद्देश राज्यातील प्रत्येक गावात जलसंचय संरचना तयार करणे आहे. CSE आणि वॉटर एड फाऊंडेशन सारख्या स्वयंसेवी संस्थांनीदेखील जलसंधारण आणि पावसाच्या पाण्याचा संचय करण्यासाठी महत्त्वपूर्ण भूमिका बजावली आहे. जलसंधारणाच्या महत्त्वाविषयी जागरुकता निर्माण करण्यात आणि पावसाचे पाणी साठवण्याच्या संरचनेच्या बांधणीत लोकांना प्रशिक्षण देण्यात CSE नी महत्त्वपूर्ण भूमिका बजावली आहे. वॉटर एड फाऊंडेशन दुर्गम आणि वंचित भागातील लोकांना शुद्ध आणि सुरक्षित पिण्याचे पाणी उपलब्ध करून देण्याचे काम करत आहे.

थोडक्यात असे की, भारतातील जलसंधारण आणि पावसाचे पाणी साठवण्याचा इतिहास हा एक मौल्यवान स्रोत म्हणून पाण्याचे महत्त्व ओळखणाऱ्या लोकांच्या कल्पकतेचा आणि दूरदृष्टीचा पुरावा आहे. सिंधू संस्कृतीच्या अत्याधुनिक जल व्यवस्थापन प्रणालीपासून ते आधुनिक काळातील पावसाचे पाणी साठवण्याच्या कार्यक्रमांपर्यंत,

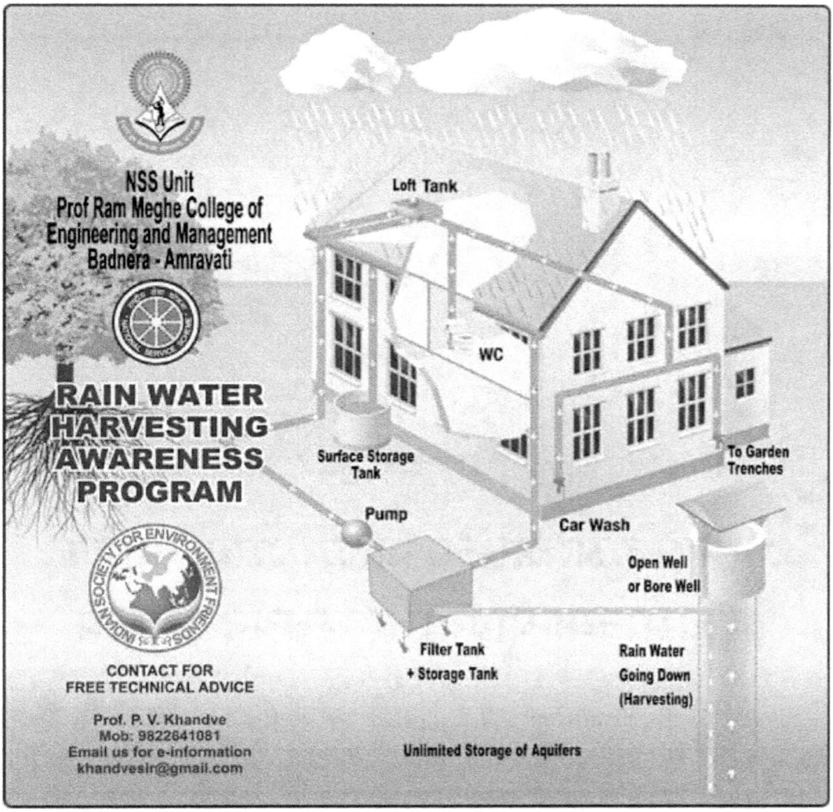

भारताकडे जलसंधारणाचा समृद्ध वारसा आहे जो शाश्वत भविष्य घडवण्याच्या आमच्या प्रयत्नांमध्ये आम्हाला प्रेरणा आणि मार्गदर्शन करत आहे. भारतातील जलसंधारण आणि पावसाचे पाणी साठवण्याचा इतिहास हा नावीन्यपूर्ण, दूरदृष्टी आणि सातत्यपूर्ण प्रयत्नांची कथा आहे. पाण्याच्या संकटामुळे, भविष्यातील पिढ्यांसाठी शाश्वत पाणीपुरवठा सुनिश्चित करण्यासाठी आपण जलसंधारण आणि कापणीला प्रोत्साहन देणे आवश्यक आहे. वर नमूद केलेली आकडेवारी आणि उपक्रम आपण केलेल्या प्रगतीची साक्ष देतात, पण अजून बराच पल्ला गाठायचा आहे. भारताच्या जल-सुरक्षित भविष्यासाठी काम करणे हे आपल्या सर्वांवर अवलंबून आहे.

✳✳✳

भारत सरकारचा जलसंधारण आणि पावसाच्या पाण्याचा संचयन उपक्रम

विसाव्या शतकात भारत सरकारने पावसाच्या पाण्याच्या संचयनाला चालना देण्यासाठी अनेक उपक्रम सुरू केले आणि आज भारतामध्ये ही एक व्यापकपणे स्वीकारलेली प्रथा आहे. सरकार आणि स्वयंसेवी संस्था पाणी टंचाई कमी करण्यासाठी आणि पाण्याची गुणवत्ता सुधारण्यासाठी याचा प्रचार करतात. लोकसंख्या वाढ, शहरीकरण आणि औद्योगिकीकरणामुळे भारतातील पाण्याची मागणी वाढण्याची अपेक्षा आहे, ज्यामुळे पाणीटंचाई एक गंभीर संकट बनते. जलसंधारण आणि पावसाच्या पाण्याच्या संचयनाला चालना देण्यासाठी सरकारने जलशक्ती अभियानासारखे अनेक उपक्रम सुरू केले आहेत आणि भारतातील अनेक राज्यांनीही वेगवेगळ्या प्रमाणात यश मिळवून हे काम हाती घेतले आहे. CSE आणि वॉटर एड फाऊंडेशनसारख्या स्वयंसेवी संस्थांनीदेखील जलसंधारण आणि पावसाच्या पाण्याच्या संचयनाला चालना देण्यासाठी महत्त्वपूर्ण भूमिका बजावली आहे.

पाण्याच्या उपलब्धतेबाबत वाढत्या चिंतेमुळे, विशेषतः हवामान बदलाच्या पार्श्वभूमीवर, हे उपक्रम पूर्वीपिक्षा अधिक महत्त्वाचे झाले आहेत. २०१९मध्ये सुरू करण्यात आलेला 'जल शक्ती अभियान' हा या संदर्भातील सर्वांत महत्त्वाचा उपक्रम आहे. या उपक्रमाचा उद्देश ग्रामीण भागावर विशेष लक्ष केंद्रित करून जलसंधारण, पाणी साठवण

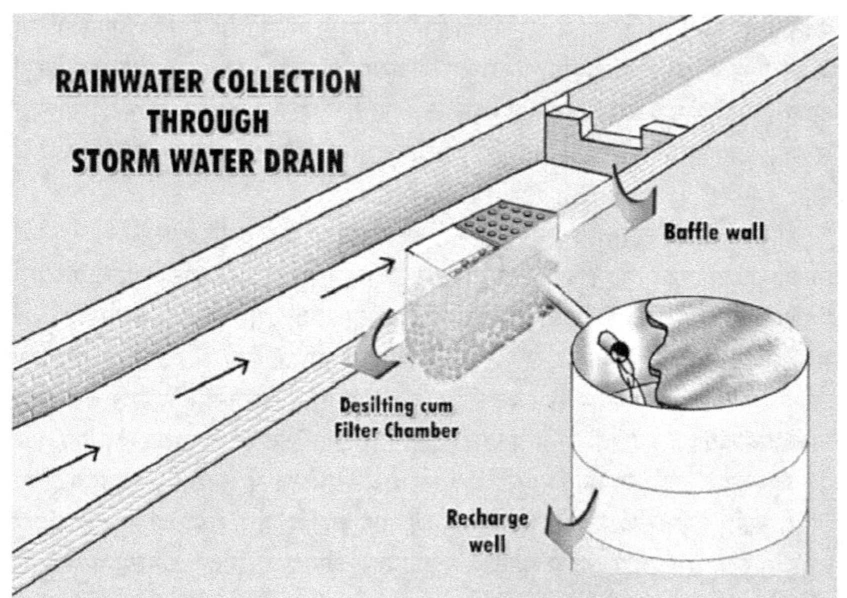

रस्त्याच्या बाजूच्या नालीमधून वाहणारे पावसाचे पाणी सिल्ट चेंबरमधून पाठवून फिल्टर करून सुद्धा तंत्रशुद्ध पद्धतीने रेन वॉटर हार्वेस्टिंग करता येते.

आणि टिकाऊपणाला चालना देणे आहे. जलशक्ती अभियान दोन टप्प्यांत राबविण्यात येत आहे. पहिल्या टप्प्यात देशातील पाण्याचा ताण असलेल्या जिल्ह्यांवर लक्ष केंद्रित केले जात आहे आणि दुसऱ्या टप्प्यात उर्वरित जिल्ह्यांवर लक्ष केंद्रित केले जाईल. जलशक्ती अभियानांतर्गत, सरकारने पावसाच्या पाण्याच्या संचयनाला चालना देण्यासाठी अनेक उपाययोजना केल्या आहेत, ज्यात घरांमध्ये आणि सार्वजनिक इमारतींमध्ये छतावरील पावसाच्या पाण्याची साठवण यंत्रणा बसवणे समाविष्ट आहे. जलसंधारणाची गरज आणि रेन वॉटर हार्वेस्टिंगचे फायदे याबद्दल जनतेमध्ये जागृती करण्यासाठी सरकारने एक मोहीमही सुरू केली आहे.जलशक्ती अभियानाव्यतिरिक्त, सरकारने जलसंधारण आणि पावसाचे पाणी साठवण्यासाठी इतर अनेक उपक्रम सुरू केले आहेत. ''अटल भूजल योजना'' हा असाच एक उपक्रम आहे, ज्याचा उद्देश देशातील शाश्वत भूजल व्यवस्थापनाला चालना देणे आहे. जल-कार्यक्षम कृषी पद्धतींना प्रोत्साहन देण्यासाठी सरकारने 'पर ड्रॉप मोअर क्रॉप' उपक्रमदेखील सुरू केला आहे. २०१४मध्ये सुरू करण्यात आलेल्या 'स्वच्छ भारत अभियाना'नेदेखील देशातील जलसंधारणाला चालना देण्यासाठी महत्त्वपूर्ण भूमिका बजावली आहे. या उपक्रमाचे उद्दिष्ट स्वच्छता आणि स्वच्छतेला चालना देण्यासाठी आहे, ज्यामुळे स्वच्छ आणि आरोग्यदायी वातावरण होते. त्यामुळे जलस्रोतांचे रक्षण होण्यास

मदत होते. कृषी, फलोत्पादन आणि औद्योगिक वापरासारख्या अयोग्य हेतूंसाठी प्रक्रिया केलेल्या सांडपाण्याच्या वापरास प्रोत्साहन देण्यासाठी सरकारने अनेक उपाययोजना केल्या आहेत. २०११मध्ये सुरू करण्यात आलेल्या 'राष्ट्रीय जल अभियान'चा उद्देश पाण्याचे संवर्धन, अपव्यय कमी करणे आणि संपूर्ण देशात पाण्याचे समान वितरण सुनिश्चित करणे आहे.

भारत ही जगातील सर्वात वेगाने वाढणारी अर्थव्यवस्था आहे आणि त्यासोबतच पाण्याची मागणीही झपाट्याने वाढत आहे. सरकारच्या अंदाजानुसार, २०५०पर्यंत देशाची पाण्याची मागणी त्याच्या पुरवठ्यापेक्षा जास्त होण्याची शक्यता आहे. देशाच्या लोकसंख्येच्या ७०% भाग असलेल्या ग्रामीण भागात पाणीटंचाईची समस्या अधिक स्पष्ट होत आहे. जलसंधारण आणि रेन वॉटर हार्वेस्टिंगसाठी सरकारच्या पुढाकारांना अलीकडच्या काळात वेग आला आहे. एकट्या 'जल शक्ती अभियान'मुळे देशभरात अतिरिक्त ११.५ अब्ज घनमीटर पाणी उपलब्ध झाले आहे. या उपक्रमामुळे ३.५ लाख जलसंधारण संरचनांची स्थापना करण्यात आली आहे, ज्यात चेक बंधारे, शेततळे आणि पाझर तलाव यांचा समावेश आहे. घरांमध्ये छतावरील पावसाच्या पाण्याची साठवण यंत्रणा बसविण्यास प्रोत्साहन देण्यासाठी सरकारने एक योजनाही सुरू केली आहे, ज्यामुळे देशभरात ३६ लाखांहून अधिक छतांवर पावसाचे पाणी साठविण्याची यंत्रणा बसवण्यात आली आहे. यामुळे वर्षाला एक हजार कोटी लिटर पाण्याची बचत झाली आहे.२०१९मध्ये सुरू करण्यात आलेल्या 'अटल भूजल योजने' अंतर्गत महाराष्ट्र, कर्नाटक आणि उत्तर प्रदेशसह सात राज्यांमध्ये शाश्वत भूजल व्यवस्थापन प्रदान करण्याचे उद्दिष्ट आहे. या उपक्रमाचे बजेट ६००० कोटी रुपये आहे आणि ८३५० गावे समाविष्ट करण्याचे उद्दिष्ट आहे.

२०१५मध्ये सुरू करण्यात आलेल्या 'पर ड्रॉप मोअर क्रॉप' उपक्रमाचे उद्दिष्ट देशभरात जल-कार्यक्षम कृषी पद्धतींना प्रोत्साहन देणे आहे. या उपक्रमामुळे देशभरात १३.६ अब्ज घनमीटर पाण्याची बचत झाली आहे.केंद्रीय जल आयोगाच्या मते, भारतातील ८०% पाऊस वर्षाच्या फक्त चार महिन्यांत केंद्रित होतो. मात्र, रेन वॉटर हार्वेस्टिंगच्या पायाभूत सुविधांच्या अभावामुळे यातील बहुतांश पाणी वाया जाते. हा ट्रेंड बदलण्यासाठी रेन वॉटर हार्वेस्टिंगसाठी सरकारचे उपक्रम महत्त्वाचे ठरले आहेत. २०११मध्ये सुरू करण्यात आलेल्या 'राष्ट्रीय जल अभियाना'चे पावसाच्या पाण्याचा प्रत्येक थेंब संरक्षित आणि प्रभावीपणे वापरला जाईल याची खात्री करणे हे उद्दिष्ट आहे. या उपक्रमाने देशभरात एक दशलक्ष रेन वॉटर हार्वेस्टिंग संरचना तयार करण्याचे उद्दिष्ट ठेवले आहे.या उपक्रमांव्यतिरिक्त, सरकारने गंगा नदी स्वच्छ करण्यासाठी 'स्वच्छ गंगा' प्रकल्पदेखील सुरू केला आहे, जी जगातील सर्वात प्रदूषित नद्यांपैकी एक आहे. या उपक्रमामुळे अनेक सांडपाणी प्रक्रिया प्रकल्प उभारण्यात आले आहेत, ज्यामुळे प्रक्रिया न केलेले सांडपाणी नदीत सोडण्याच्या प्रमाणात लक्षणीय घट

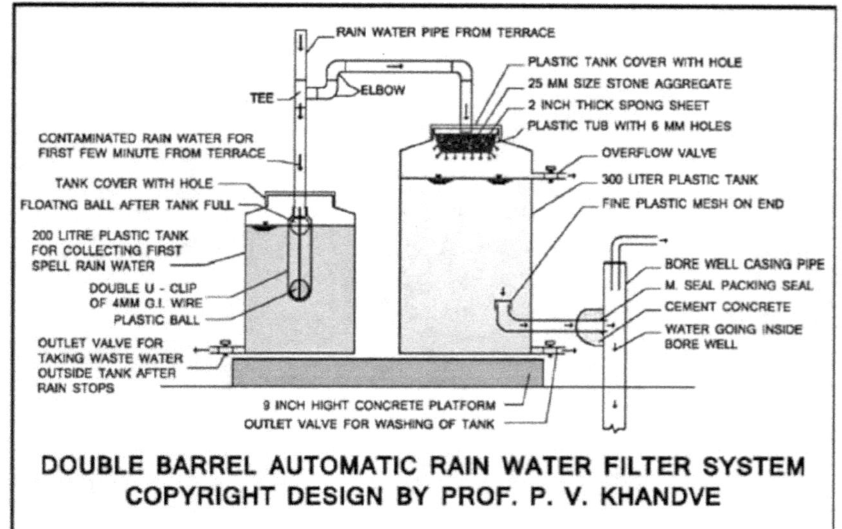

झाली आहे.

भारत सरकारने जलसंधारण आणि पावसाचे पाणी साठवण्यासाठी घेतलेल्या काही उपक्रमांची अधिक तपशीलवार माहिती बघितल्यास असे दिसते की, जल शक्ती अभियान, अटल भूजल योजना, स्वच्छ गंगा प्रकल्प व राष्ट्रीय जल अभियान हे महत्त्वाचे उपक्रम सरकारने राबविले आहेत.

या उपक्रमांचे यश आधी नमूद केलेल्या आकडेवारीवरून स्पष्ट होते आणि हे स्पष्ट होते की देशातील जलस्रोतांचे शाश्वत व्यवस्थापन सुनिश्चित करण्यासाठी आणखी काही करणे आवश्यक आहे. हे उद्दिष्ट साध्य करण्यासाठी सार्वजनिक आणि खाजगी क्षेत्राचा सक्रिय सहभाग आवश्यक आहे.

भारतात रेन वॉटर हार्वेस्टिंगसाठी राज्यवार प्रयत्न

भारतातील शाश्वत पाणी व्यवस्थापनासाठी पावसाचे पाणी साठवणे हा एक आवश्यक उपाय बनला आहे आणि अनेक राज्यांनी या प्रथेला चालना देण्यासाठी सक्रिय पावले उचलली आहेत. भारतात पावसाचे पाणी साठवण्यासाठी राज्यवार केलेल्या प्रयत्नांची येथे काही उदाहरणे आहेत:

तामिळनाडू : रेन वॉटर हार्वेस्टिंगच्या बाबतीत तामिळनाडू हे भारतातील अग्रगण्य राज्यांपैकी एक आहे. राज्याने निवासी आणि व्यावसायिक यासह सर्व इमारतींना रेनवॉटर हार्वेस्टिंग सिस्टम असणे बंधनकारक केले आहे. रेनवॉटर हार्वेस्टिंग सिस्टम राबविणाऱ्या कुटुंबांना आणि संस्थांना राज्य सरकार आर्थिक प्रोत्साहन देते. तमिळनाडूने समुदाय-आधारित पावसाच्या पाण्याच्या संचयनाचे एक यशस्वी मॉडेलदेखील अंमलात आणले आहे, जेथे भूजल पुनर्भरण करण्यासाठी समुदायस्तरीय संरचना बांधल्या जातात.

महाराष्ट्र : महाराष्ट्राने सर्व नवीन बांधकामांना रेनवॉटर हार्वेस्टिंग सिस्टीम असणे अनिवार्य केले आहे. रेनवॉटर हार्वेस्टिंग सिस्टीम राबविणाऱ्या संस्था आणि कुटुंबांना राज्य सरकार आर्थिक प्रोत्साहन देते. राज्याने 'जलयुक्त शिवार' नावाचा कार्यक्रमदेखील सुरू केला आहे, ज्याचा उद्देश चेक बंधारे, शेततळे आणि पाझर तलाव यासारख्या जलसंधारण संरचना बांधून जलस्नेही गावे निर्माण करणे आहे.

कर्नाटक : कर्नाटकने सर्व नवीन इमारतींमध्ये रेन वॉटर हार्वेस्टिंग सिस्टम असणे अनिवार्य केले आहे. रेन वॉटर हार्वेस्टिंग सिस्टीम लागू करणाऱ्या कुटुंबांना आणि संस्थांना राज्य सरकार आर्थिक प्रोत्साहन देते. कर्नाटकने छतावरील पावसाचे पाणी साठवण्याचे एक यशस्वी मॉडेलदेखील अंमलात आणले आहे, जेथे घरे पावसाचे पाणी गोळा करण्यासाठी छतावर संरचना बसवतात.

राजस्थान : राजस्थान हे पाण्याचा ताण असलेले राज्य आहे आणि शाश्वत पाणी व्यवस्थापनासाठी पावसाचे पाणी साठवणे हे एक महत्त्वाचे उपाय बनले आहे. रेन वॉटर हार्वेस्टिंगला चालना देण्यासाठी राज्य सरकारने चेक बंधारे, पाझर तलाव आणि पुनर्भरण संरचना यासह अनेक उपाययोजना अंमलात आणल्या आहेत. राजस्थानने पारंपरिक रेन वॉटर हार्वेस्टिंगचे एक यशस्वी मॉडेलदेखील सुरू केले आहे. जिथे पावसाचे पाणी 'तालाब' आणि 'जोहाड' नावाच्या भूमिगत टाक्यांमध्ये गोळा केले जाते.

केरळ : केरळने रेन वॉटर हार्वेस्टिंगचे विकेंद्रित मॉडेल राबवले आहे, जेथे घरे आणि संस्था रेन वॉटर हार्वेस्टिंग प्रणाली लागू करतात. या प्रथेला चालना देण्यासाठी राज्य सरकार आर्थिक प्रोत्साहन आणि तांत्रिक सहाय्य पुरवते. केरळने जलसंवर्धनाचे एक यशस्वी मॉडेलदेखील लागू केले आहे, जेथे ओलसर जमीन आणि जलस्रोत पुनर्संचयित केले जातात आणि शाश्वत जल व्यवस्थापन पद्धतींना प्रोत्साहन दिले जाते.

पावसाचे पाणी साठवण्यासाठी राज्यवार केलेल्या प्रयत्नांची ही भारतातील काही उदाहरणे आहेत. या उपक्रमांचे यश हे रेन वॉटर हार्वेस्टिंग सिस्टीम राबवणाऱ्या घरे आणि संस्थांच्या वाढत्या संख्येवरून दिसून येते. देशात शाश्वत जल व्यवस्थापन पद्धती साध्य करण्यासाठी सार्वजनिक आणि खाजगी क्षेत्राचा सक्रिय सहभाग आवश्यक आहे.

भारतात पावसाचे पाणी साठवण्याचे राज्य-स्तरीय कायदे आणि नियमांद्वारे नियमन केले जाते, जे राज्यानुसार बदलतात. तथापि, काही सामान्य नियम आणि मार्गदर्शक तत्त्वे आहेत जी संपूर्ण देशात लागू आहेत. भारतातील पावसाच्या पाण्याच्या साठवणीशी संबंधित काही प्रमुख नियमांमध्ये खालील बाबी समाविष्ट आहेत.

- भारतातील अनेक राज्यांनी सर्व नवीन इमारतींमध्ये रेन वॉटर हार्वेस्टिंग सिस्टिम बसवणे अनिवार्य केले आहे.
- काही राज्यांमध्ये, रेन वॉटर हार्वेस्टिंग सिस्टिमच्या स्थापनेला प्रोत्साहन देण्यासाठी सरकार आर्थिक प्रोत्साहन आणि सबसिडी देते.
- केंद्रीय भूजल प्राधिकरणाने शहरी भागात पावसाचे पाणी साठवण्यासाठी मार्गदर्शक तत्त्वे जारी केली आहेत, ज्यात पावसाच्या पाण्याचा साठा, प्रक्रिया आणि पुनर्भरण या तरतुदींचा समावेश आहे.
- ब्युरो ऑफ इंडियन स्टँडर्डसने रेन वॉटर हार्वेस्टिंगसाठी एक सराव संहिता विकसित

इंजि., प्रतिक साखरे व प्रा. प्रविण खांडवे यांनी अनेक प्रदर्शनांमध्ये रेन वॉटर हार्वेस्टिंग जनजागृतीसाठी सातत्याने प्रयत्न चालविले आहेत.

केली आहे, ज्यामध्ये रेन वॉटर हार्वेस्टिंग सिस्टमसाठी डिझाइन, बांधकाम आणि देखभाल आवश्यकतांची रूपरेषा दिली आहे.

- भारतातील काही राज्यांनी पावसाच्या पाण्याचा अपव्यय केल्याबद्दल दंडही ठोठावला आहे.

भारतातील पावसाच्या पाण्याच्या साठवणीशी संबंधित तरतुदी राज्यानुसार बदलतात आणि काही राज्यांमध्ये विशिष्ट कायदे आणि नियम आहेत. काही भारतीय राज्यांमध्ये पावसाचे पाणी साठवण्याशी संबंधित तरतुदींची काही उदाहरणे येथे आहेत:

तामिळनाडू : तामिळनाडू सरकारने ३०० चौरस मीटरपेक्षा जास्त क्षेत्रफळ असलेल्या सर्व नवीन इमारती आणि इमारतींना पावसाचे पाणी साठवण्याची व्यवस्था असणे अनिवार्य केले आहे. रेन वॉटर हार्वेस्टिंगचा अवलंब करण्यास प्रोत्साहन देण्यासाठी राज्य सरकारने विविध अनुदाने आणि प्रोत्साहनेही लागू केली आहेत.

महाराष्ट्र : महाराष्ट्र भूजल (विकास आणि व्यवस्थापन) अधिनियम, २००९ अनुसार १०० चौरस मीटरपेक्षा जास्त क्षेत्रफळ असलेल्या नवीन इमारतींना पावसाचे पाणी साठवण्याची व्यवस्था असणे अनिवार्य करते. राज्य सरकारने रेन वॉटर हार्वेस्टिंगचा अवलंब करण्यास प्रोत्साहन देण्यासाठी विविध उपक्रम सुरू केले आहेत, ज्यात इमारत मालकांसाठी अनुदाने

आणि कर सवलत यांचा समावेश आहे.

राजस्थान : राजस्थान जल (प्रदूषण प्रतिबंध आणि नियंत्रण) नियम, १९७५ अनुसार सर्व उद्योग आणि व्यावसायिक आस्थापनांमध्ये पावसाच्या पाण्याची साठवण व्यवस्था असणे आवश्यक आहे. राज्य सरकारने शहरी आणि ग्रामीण भागात पावसाच्या पाण्याच्या साठवणीला प्रोत्साहन देण्यासाठी विविध योजना आणि कार्यक्रम सुरू केले आहेत.

कर्नाटक : कर्नाटक राज्य जल धोरण, २००२, पावसाचे पाणी साठवण्याच्या गरजेवर भर देते आणि पावसाचे पाणी साठवण्याच्या विविध तंत्रांचा अवलंब करण्यास प्रोत्साहन देते. इमारतींमध्ये रेन वॉटर हार्वेस्टिंग सिस्टीम बसविण्यास प्रोत्साहन देण्यासाठी राज्य सरकारने विविध सबसिडी आणि कर सवलती लागू केल्या आहेत.

दिल्ली : दिल्ली विकास प्राधिकरणाने (DDA) सर्व नवीन इमारतींमध्ये पावसाचे पाणी साठवण्याची व्यवस्था असणे अनिवार्य केले आहे. डीडीए रेन वॉटर हार्वेस्टिंगचा अवलंब करण्यास प्रोत्साहन देण्यासाठी विविध प्रोत्साहने देखील प्रदान करते, ज्यात मालमत्ता करावरील सूट समाविष्ट आहे.

२००१मध्ये, दक्षिण भारतातील तमिळनाडू राज्य सर्व नवीन इमारतींसाठी रेन वॉटर हार्वेस्टिंग अनिवार्य करणारे देशातील पहिले राज्य बनले. तेव्हापासून, महाराष्ट्र, राजस्थान आणि कर्नाटकसह इतर अनेक राज्यांनी त्याचे अनुकरण केले आहे. भारत सरकारने जलशक्ती अभियानासह पावसाच्या पाण्याच्या संचयनाला चालना देण्यासाठी विविध उपक्रम सुरू केले आहेत, ज्याचा उद्देश ग्रामीण भागात जलसुरक्षा आणि जलसंवर्धन सुनिश्चित करणे आहे. या योजनेअंतर्गत, १.५ दशलक्ष पारंपरिक जलस्रोतांचे नूतनीकरण करण्यात आले आहे आणि देशभरात पाच दशलक्ष रेन वॉटर हार्वेस्टिंग संरचना बांधण्यात आल्या आहेत. केंद्रीय भूजल मंडळाच्या अहवालानुसार, भारताच्या एकूण भौगोलिक क्षेत्रापैकी जवळपास ८५% भाग पाण्याच्या तणावाखाली आहे, गेल्या दशकात देशातील ५४% भूजल विहिरींमध्ये घट झाली आहे. रेन वॉटर हार्वेस्टिंग भूजल स्रोतांची भरपाई करून आणि अतिशोषित जलचरांवर अवलंबित्व कमी करून ही पाणी टंचाई कमी करण्यास मदत करू शकते. इंडियन इन्स्टिट्यूट ऑफ टेक्नॉलॉजी, बॉम्बे यांनी केलेल्या अभ्यासानुसार, शहरी भागात पावसाच्या पाण्याच्या साठवणीच्या अंमलबजावणीमुळे महापालिकेच्या पाणीपुरवठ्याची मागणी ४०% पर्यंत कमी होऊ शकते. गृहनिर्माण आणि शहरी व्यवहार मंत्रालयाने अहवाल दिला आहे की भारतात स्वच्छ भारत मिशन (शहरी) अंतर्गत २.५ दशलक्ष घरांमध्ये पावसाचे पाणी साठवण्याची यंत्रणा बसवली आहे. एकूणच, ही आकडेवारी भारतातील पावसाच्या पाण्याच्या संचयनाचे महत्त्व आणि त्याचा अवलंब करण्यास सरकार आणि नागरिकांकडून होत असलेले विविध प्रयत्न अधोरेखित करतात.

✳✳✳

गेली काही वर्षें पर्यावरण दिनानिमित्त पाण्याचे संवर्धन आणि संरक्षण या विषयावर लेखकाने जनजागृतीसाठी लेख लिहिले. हे सर्व लेख आघाडीच्या वृत्तपत्रांत छापून आलेले आहेत.

पर्यावरण वाचविण्यासाठी जलसंवर्धन महत्त्वाचे

पाणी वाचवा, पाणी वाचवा ही वाक्ये सध्या इतके वेळा ऐकली जातात की जलसंवर्धन या अत्यंत महत्त्वाच्या विषयाकडे लोक अक्षरश: दुर्लक्ष करीत आहेत. ज्याप्रमाणे लहान मुलांना अभ्यास करा, अभ्यास करा असे वारंवार सांगितले, की ती मुले असे सांगणाऱ्याला ऐकतच नाही, अगदी तसलाच प्रकार पाणी वाचविण्याबाबतही घडतो आहे. समाजातील बोटावर मोजण्याएवढे लोक सोडले तर या विषयाबाबत कुणालाही गांभीर्य नाही ही शोकांतिका आहे. याला कारणही फार विचित्र आहे. जलसंवर्धनाचा विषय निघाला की ही लोकं रेन वॉटर हार्वेस्टिंग वा रुफ वॉटर हार्वेस्टिंग या विषयावर येऊन अडकतात.

नवीन घरांच्या बांधकामांना मान्यता देताना ही प्रक्रिया अनिवार्य केली जाते. परंतु अमरावतीमध्ये सध्या पाण्याची अडचण नसल्याने जल संवर्धनासाठी कोणीच गंभीरपणे कार्य करताना दिसत नाही. परंतु जलसंवर्धनासाठी कोणीच गंभीरपणे कार्य करताना दिसत नाही. परंतु जलसंवर्धन हा सर्वांसाठी महत्त्वाचा विषय असला पाहिजे. मागील वर्षी लातूर व महाराष्ट्रातील ग्रामीण भागातील परिस्थिती बघता जलसंवर्धनासाठी लहान लहान वैयक्तिक स्तरावरील प्रयत्न भविष्यातील पाण्याची गरज भागविण्यासाठी आवश्यक आहेत. त्यामुळे या विषयाबाबत जागरुकता वाढविण्याकरीता सुरुवातीला अतिशय छोट्याछोट्या व सहजशक्य उपाययोजना सुचवाव्या लागतील. त्याचे महत्त्व लोकांना स्वत: पटले की मग

पुढे मोठ्या उपाययोजना नागरिक स्वतःच करतील. याकरिता स्थानिक स्वराज्य संस्था म्हणजे नगरपालिकांनी पुढाकार घेणे गरजेचे आहे. पाण्याचा मोठा अपव्यय शहरात होतो हे सत्य जोपर्यंत आपण कबूल करणार नाही तोपर्यंत हा प्रश्न सुटणार नाही. ग्रामीण भागातील लोक आलेल्या परिस्थितीला डार्विनच्या सिध्दांताप्रमाणे सहज जुळवून घेतात. अडचण व बोंबाबोंब आपल्या शहरी लोकांची असते. कारण तडजोड करून भागवून घेणे आपल्या नागरी अहंकाराला सूट होत नाही. प्रत्येक नागरिकाकडे त्याच्यात्याच्या कुवतेप्रमाणे पाणी वाचविण्याचा पर्याय उपलब्ध आहे, पण ज्याला पाणी वाचवायचे आहे त्याने हे मनात घेतले पाहिजे. मात्र या क्षेत्रातील प्रमाणिक मंडळींनी अगदी छोट्या व प्रत्यक्षात अमलात आणल्या जातील अश्या पध्दती स्वतः वापरून त्यांचा प्रचार व प्रसार केला पाहिजे.

तहान लागल्यावर विहीर खणायची हे जेवढं मूर्खपणाचं लक्षण आहे, तेवढाच मुर्खपणा आपण एप्रिल महिना सुरू झाल्यावर जे पाणी वाचवा आरेडतो त्यात आहे. पाणी जपून वापरा ही मोहिम आपण वर्षभर राबविले पाहिजे यासाठी शाळा व महाविद्यालयात इतर विषयांसोबत पाण्याचे व्यवस्थापन अर्थात (Water Management) हा विषय शाळेच्या अभ्यासक्रमात समाविष्ट करायला हवा असं माझं वैयक्तिक मत आहे. तुम्ही ग्रामीण असाल किंवा शहरी, हा विषय शिकलाच पाहिजे.

आज इस्त्राईल सारख्या देशात आपल्या दहा टक्के पाऊस पडतो तरीही तिथे नंदनवन फुलू शकतं. ह्याचं कारण म्हणजे त्यांचा WaterManagement ह्या विषयाचा अभ्यास इतका पक्का आहे, की एकदा नळातून पडलेलं पाणी, हे जवळपास सात वेळा Recycle & Reuse होऊनच शेवटी जमिनीवर पडतं. हे आपण अमलात का आणू शकत नाही? आपण स्वतःला शेतीप्रधान देश म्हणतो.आपल्याकडे मुबलक प्रमाणात पाऊस पडूनही पाण्याचे दुर्भिक्ष आहे ही लाजिरवाणी गोष्ट आहे. पाऊस पडायला आज चार दिवस उशीर झाला तर सगळ्यांची हवा टाईट होईल ही परिस्थिती येतेच कशी? स्वातंत्र्य मिळून सत्तरवर्षं झाली तरीही आपल्याकडच्या पाईपलाईन्स ह्या गळक्या किंवा फुटक्याच... एक पाईप लाईन फुटली तर लाखो लिटर पाणीगटारात जातं आणि त्याचं कुणालाही वाईट वाटत नाही... एकाचाही जीव जळत नाही.

जपानमध्ये पाणी कसं वाचवतात त्याचे फोटो व्हाटस ॲप, फेसबुकवर इथे नुसते शेअर करून भागणार आहे का? ते अमलात कोण आणणार? इथे पाणी वाचवा हे ओरडायचं आणि दुसऱ्या दिवशी मात्र दात घासायला, भांडी धुवायला पाणी ओतायचं हे चालणार आहे का? आज आपल्याला बटण दाबलं कि वीज मिळते आणि नळ सोडला कि पाणी पडतं ह्याचा गर्व चढला आहे असं मला आता वाटतं. गणेश उत्सव, नवरात्र उत्सवात, कुठलेतरी पांचट विनोद मारणारे कलाकार बोलावण्यापेक्षा किंवा कुठल्यातरी हिडीस गाण्यांचा ऑर्केस्ट्रा ठेवण्यापेक्षा पाणी वर्षभर कसं वाचवता येईल ह्या विषयावर मी वक्ता म्हणून विना मानधन

व्याख्यान देण्यास तयार असलो तरी मंडळवाले हो हो करतात परंतु बोलवत मात्र नाहीत. सणवार, उत्सव साजरा करतानासुध्दा पाण्याचा अपव्यय कसा टाळता येईल ह्याची खबरदारी प्रत्येक मंडळाने घ्यावी. प्रत्येक धर्माच्या लोकांनी, आपापल्या सणाला हे पाळायलाच हवं. गणपती असो कि बकरी-ईद, कुणीही ह्याला अपवाद असता कामा नये.

पाणी आणि वीज ही राष्ट्राची संपत्ती आहे. ती वाचवायलाच हवी. तर मग पाणी वाचविण्यासाठी लहान लहान पर्याय इंटरनेट वरून माहित करुन घ्या. घरातील प्रत्येकास समजावून सांगा, खुणांचा तक्ता बनवून संडास, बाथरूम, बेसिन, भांडे व कपडे धुण्याची जागा, वाशिंग मशीनच्या जवळ भिंतीवर लावा व त्या अनुसार अंमलबजावणी करून जलसंवर्धनासाठी आपला खारीचा वाटा पूर्ण करा. वाचकांनी अंमलबजावणीबाबत असे लहान लहान पर्याय सुचवण्यासाठी प्रतिक्रिया जरुर कळवाव्यात.

***

पाणी संवर्धनासाठी काही म्हणी

- ✦ जल है तो कल है
- ✦ जल ही जीवन है
- ✦ नका समजू पाण्याला द्रव्य ते आहे अमृततुल्य
- ✦ कराल पाण्याचे संरक्षण, होईल वसुंधरेचे रक्षण
- ✦ पाणी निसर्गाचे अनमोल रत्न, करा वाचवण्याचा प्रयत्न
- ✦ पावसाचे पाणी शुद्धतेची हमी
- ✦ पाण्याची बचत म्हणजे पाण्याची निर्मिती होय
- ✦ करावयाचा असेल खरा विकास, पाणी व्यवस्थापनाची धरा कास
- ✦ पाण्याची काटकसर करा, आपले भविष्य सुरक्षित करा
- ✦ करा पाण्याचे पुनर्वसन, होईल वसुंधरेचे संवर्धन
- ✦ पाणी देते सर्वांना जीवनदान, करू या जलपुनर्भरणाचे श्रेष्ठ काम
- ✦ पाण्याचे संरक्षण म्हणजे धरतीचे रक्षण

पर्यावरण रक्षणासाठी रेन वॉटर हार्वेस्टिंग

'पाणी म्हणजे जीवन होय' हे आपल्या सर्वांनाच ठाऊक आहे. परंतु आज आपण सर्वजण कितीतरी प्रमाणात पाणी वाया घालवीत आहोत. मा. बी.टी. देशमुख यांच्यासारख्या लोकांच्या पुढाकाराने अमरावतीस अप्पर वर्धा धरणातून पिण्याचे पाणी मिळत असल्याने आपल्याला पाण्याची टंचाई काय असते हे माहीत नाही. परंतु एकूण महाराष्ट्राची परिस्थिती पाहता दरवर्षी कितीतरी गावांना टँकरने पाणी पुरवठा करावा लागतो. मागील वर्षांतर लातूर जिल्ह्यात रेल्वेने पाणी पुरवठा करावा लागला. तसे पाहता महाराष्ट्रातील अनेक भागात धरणं व जलसाठे असतानासुध्दा दरवर्षी उन्हाळ्यात पिण्याच्या पाण्याचे दुर्भिक्ष जाणवतेच. वाढते औद्योगिकरण, नागरीकरण, आधुनिकीकरण आणि कृत्रिम जीवनपध्दतीचा अवलंब यामुळे उपलब्ध पाणीसाठा आणि त्याचा वापर यात फार मोठ्या प्रमाणात असमतोल माणसाने सर्वत्र निर्माण केला आहे आणि यामुळेच आज कितीतरी विहिरी, बोअरवेल व हॅन्डपंप पाण्याविना बंद आहेत.

दरवर्षी विद्यमान सरकार पाणी प्रश्नासाठी विविध योजनांच्या माध्यमातून कितीतरी पैसा खर्च करते. परंतु बऱ्याच योजनांमध्ये अधिकारी, कर्मचारी व नेतेमंडळी भ्रष्टाचार करून योजनेचा बट्ट्याबोळ वाजवितात. जलसंवर्धनासाठी शासनाने कागदोपत्री खूप चांगले काम केले असे दिसते परंतु त्याचा प्रभाव मात्र वर्षानुवर्षे दिसत नाही किंबहुना दरवर्षी पाणीटंचाई भीषण झालेली दिसते. याकरीता आपण लक्षात घेतले पाहिजे की, पाणी टंचाईपासून निपटण्याची जबाबदारी केवळ शासनाची नसून आपल्या सर्वांची आहे. यासाठी फक्त

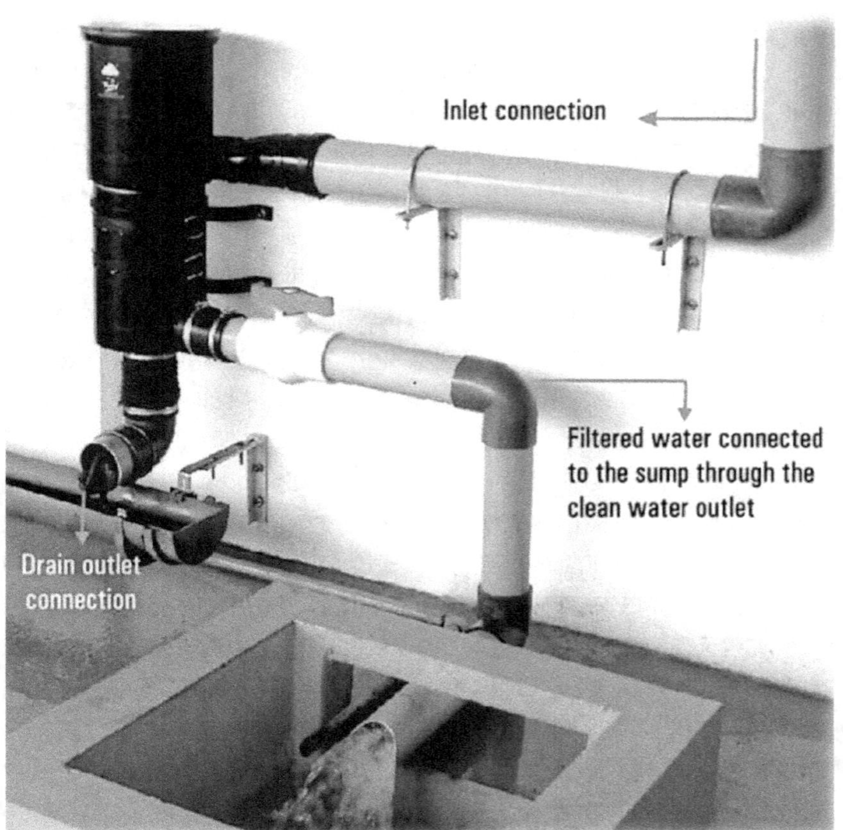

रेनी एफ एल– १०० हे फिल्टर वापरून अमरावतीमध्ये ३५० घरी प्रा. प्रवीण खांडवे व इंजि. प्रतीक साखरे यांनी रूफ टॉप रेन वॉटर हार्वेस्टिंग करून दिले आहे.

उन्हाळ्यात पाणी टंचाई आली की, जलसंवर्धनासाठी काहीतरी करायचे, पावसाळा सुरू झाला की सगळे विसरायचे असे आता चालणार नाही.

जागतिक स्तरावर पाहीले तर ग्लोबल वार्मिंग, जंगलांचा ऱ्हास, वाढती लोकसंख्या, वाढते प्रदूषण, दिवसेंदिवस बिघडत चाललेला पर्यावरणाचा असमतोल यामुळे पाणी टंचाईसाठी स्थानिक स्तरावर दीर्घकालीन प्रभावी उपाययोजना होणे गरजेचे आहे. यासाठी पाणीटंचाई रोखण्यासाठी रेन वॉटर हार्वेस्टिंग हा अतिशय उत्तम व दीर्घकालीन प्रभावी उपाय होय.

नेमका हाच उद्देश समोर ठेवून प्रत्येकाने या पर्यावरण दिना दिवशी आपआपल्या घरी रेन वॉटर हार्वेस्टिंग जरूर करावे. मागील वर्षी मी एक महिन्यापासून रेन वॉटर हार्वेस्टिंग

जनजागृती अभियान राबविले होते. वेगवेगळ्या माध्यमातून जनतेला व पर्यावरण प्रेमींना रेन वॉटर हार्वेस्टिंगबाबत तांत्रिक माहिती पुरवून त्यांना त्यांच्या घरी किंवा इमारतींना रेन वॉटर हार्वेस्टिंग करण्यास प्रोत्साहित करण्यासाठी भारतीय पर्यावरण मित्र संघटनेच्या सहकार्यांनी हे अभियान जास्तीत जास्त लोकांपर्यंत पोहचविण्यात आले. जनजागृती करण्याकरिता माहिती पुस्तिका, पोस्टर्स, ऑडियो व्हिडियो क्लिप, प्रेझेंटेशन, प्रशिक्षण कार्यक्रम, मुलाखती, फेसबुकपेज, व्हॉट्सऍप इ. सर्व माध्यमांचा वापर केला. सामाजिक संस्थांना पुढाकाराने हे काम उत्तम प्रकार करता यावे यासाठी मी तांत्रिक माहिती पुरविण्याचे काम करत आहे. या अभियानाअंतर्गत प्रत्यक्ष घरी जाऊन रेन वॉटरसंबंधी योग्य भूमिका समजावून सांगून, याबाबतचे गैरसमज दूर करून प्रत्यक्ष रेन वॉटर हार्वेस्टिंगचे काम कसे पूर्ण करता येईल यावर भर देण्यात आला.यावेळी अनेक इच्छुक पर्यावरणप्रेमी मंडळी रेन वॉटर हार्वेस्टिंग त्यांच्या घरी करून घेण्यास तयार होती.

रेन वॉटर हार्वेस्टिंगसंबंधी गैरसमज आणि चुकीची किंवा अपुरी माहिती असल्यामुळे याबाबत पाहिजे तेवढे काम अमरावतीत झाले नाही. पावसाचे छतावरील पाणी पाईपव्दारे फिल्टर टँकमध्ये सोडून, फिल्टर टँकच्या खालून पाणी बोअरवेल किंवा विहिरीमध्ये सोडणे म्हणजे रेन वॉटर हार्वेस्टिंग होय. पाईपने पाणी फिल्टर टँकमध्ये सोडण्याआधी फ्लश वॉल्व जरूर द्यावा जेणेकरून पहिल्या पावसाचे टेरेसवरील गढूळ पाणी किंवा इतरवेळा जोरदार पाऊस असताना खराब झालेले पाणी बाहेर सोडता येईल. याकरिता टी पाईप व कॅप किंवा डायव्हर्जन वॉल्व वापरावा असे सांगितले. टेरेसवरील पाईपच्या तोंडावर जाळी, रेन वॉटर पाईप व फ्लश वॉल्व,फिल्टर टँक, बोअरवेल किंवा खुली विहीर या चार बाबी रेन वॉटर हार्वेस्टिंग सिस्टिमसाठी अनिवार्य घटक आहेत. पावसाचे पाणी फिल्टर टँक न बांधता, बोअरवेल किंवा विहिरीत सोडता येते. परंतु टेरेसवरील काही कचरा,धूळ इत्यादीमुळे खराब झालेले पाणी सरळ बोअरवेल किंवा विहिरीत सोडू नये. याकरिता तांत्रिक सल्ला घेऊन फिल्टर टँक बनवून त्यातून खालून फिल्टर झालेले पाणी बोअरवेल किंवा विहिरीत सोडावे. काळी माती असल्यास खाली बेड काँक्रीट टाकून फिल्टर टँक पूर्ण विटेने बांधणे गरजेचे आहे. काही खोलीवर मुरूम लागत असल्यास खाली बेड काँक्रीट टाकू नये, याकरिता फक्त वरील भागात १ मीटर आतील व्यास व १.५ मीटर खोल असे गोलाकार विटांचे बांधकाम करावे. सुरवातीला ५ फूट व्यास व ६ फूट खोल गोल खड्डा करून त्यात खाली ३ इंच जाड बेड काँक्रीट टाकावे. त्यावर चार इंची वीट भिंतीमध्ये बांधकाम करून त्यास प्लास्टर न करता पॉइंटिंग केले तरी चालेल. फिल्टर टँकमध्ये खाली ८० मिमी (४ इंच) आकाराचे दगड दिड फूट उंचीपर्यंत टाकावे (विटांचे तुकडे टाकू नये). त्यावर ४० मिमी (२ इंच)आकाराचे दगड एक फूट उंचीपर्यंत टाकावे त्यावर २५ मिमी(१ इंच) आकाराची गिट्टी एक फूट उंच आणि सर्वात वर एक फूट उंच जाडीची रेती टाकावी. त्यावर मध्यभागी एक फरशीचा

तुकडा ठेवावा जेणेकरून पाईपमधील पाण्याने रेती बाजूला होणार नाही. फिल्टर टँकच्यावर लोखंडी साखळीची फ्रेम करून ताराच्या जाळीचे झाकण टाकावे. फिल्टर टँक व शोष खड्डा या वेगवेगळ्या गोष्टी आहेत हे लक्षात घ्यावे. कमी प्रमाणात असलेले पावसाव्यतिरिक्त इतर गढूळ पाणी मुरविण्यासाठीच फक्त शोष खड्डा वापरावा अन्यथा नाही. साधारणतः वरील प्रमाणे रेन वॉटर हार्वेस्टिंग केल्यास फिल्टर टँक सह रु.१००००/- इतका खर्च येतो. याकरिता तांत्रिक सल्ला घेऊन रेन वॉटर हार्वेस्टिंग सिस्टीम बांधण्याचे काम पूर्ण करावे.

अमरावतीमध्ये विद्यापीठातील अनेक इमारतींना, तसेच सार्वजनिक बांधकाम विभागाने बांधलेल्या इमारतींना रेन वॉटर हार्वेस्टिंग केले आहे. कोणी आपल्या घरी रेन वॉटर हार्वेस्टिंग केले असेल तर त्यांना महानगरपालिकेतर्फे प्रॉपर्टी टॅक्समध्ये ५ टक्के सूट देण्यात येते. सूट मिळण्याकरिता फक्त आपल्या विभागातील कर अधिकाऱ्याकडे साध्या कागदावर अर्ज करावा त्यानंतर मनपा अधिकारी सिस्टीमची पाहणी करतात व त्यानंतर प्रॉपर्टी टॅक्समध्ये सूट लागू करण्यात येते. त्यामुळे रेन वॉटर हार्वेस्टिंगसाठी एकदा केलेला खर्च काही वर्षांत परत मिळतो. यासाठी सर्व लोकांना आवाहन करण्यात येते की दरवर्षी ५ जून रोजी असणाऱ्या पर्यावरण दिवसानिमित्त रेन वॉटर हार्वेस्टिंग करण्याचा संकल्प केल्यास फार मोठे काम होऊ शकेल. भविष्यात आपल्या गावात किंवा शहरात भूगर्भात मुबलक भूजल साठा उपलब्ध राहील यासाठी सर्वांनी रेन वॉटर हार्वेस्टिंग याबाबत सविस्तर माहिती जाणून घ्यावी व खऱ्या अर्थाने पर्यावरण दिन साजरा करावा.

जलसंवर्धनाचे महत्त्व

ताजे पाणी व नैसर्गिक जल स्रोतांचे निरंतर व्यवस्थापन करण्यासाठी, जलसंचलनाचे संरक्षण करण्यासाठी आणि वर्तमानातील आणि भविष्यातील पाण्याची गरज पूर्ण करण्यासाठी आखलेली सर्व धोरणे आणि क्रियाकलापांना जलसंवर्धन असे म्हणतात. जेव्हा आपण पाणी वाचवतो, तेव्हा आपण पाणी साठवून ठेवतो आणि ते वाया घालवू नका असा सल्ला देतो. सध्याच्या काळात पाण्याच्या वापराबाबतइतकी विषमता आहे की जगातील अनेक देशांमध्ये तेथील लोकं पाण्याचा दुष्काळ सातत्याने सोसत आहेत तर काही भागात लोक आनंदाने दररोज उन्हाळ्यातसुद्धा आपल्या बागेत पाणी फवारू शकतात. यामुळे जलसंवर्धन हा अतिशय महत्त्वाचा विषय आहे बनला आहे.

यावरून हे स्पष्ट आहे की, आपल्याला चांगली आणि अधिक कार्यक्षम जल व्यवस्थापन पध्दतीचा अवलंब करणे जरूरी झाले आहे.

जलसंवर्धनाचे महत्त्व

आपल्या सर्वांच्या जीवनासाठी जलसंवर्धन ही अत्यंत मूलभूत महत्त्वाची बाब आहे. याची खालील पाच कारणे आहेत.

- **पेयजल :** आपण हे आधीच ऐकले असेल की माणूस अन्नधान्याशिवाय कित्येक आठवडे जगू शकतो पण पाण्याशिवाय काही दिवसांपेक्षा अधिक जगू शकत नाही. त्यामुळे आपल्याला जिवंत राहण्यासाठी पाणी अत्यावश्यक आहे. त्यामुळे आपण

पृथ्वीवरील पाणी वाचवणे अत्यंत महत्त्वाचे आहे.

- **स्वच्छता :** चांगल्या स्वच्छतेच्या पध्दतींसाठी पाणी इतके महत्त्वाचे आहे की, आपण खाण्यापूर्वी हात धुण्यासाठी, दररोज शरीर धुण्यासाठी किंवा आपले घर धुण्यासाठी पाणी वापरतो. स्वच्छता राखण्यासाठी आपल्याला आवश्यकतेपेक्षा भरपूर पाणी वाचवावे लागेल जेणेकरून आपण रोग व संसर्गापासून मुक्त राहू शकू.

- **शेती :** प्रत्येकासाठी खाण्यासाठी गरजेपुरते अन्नधान्य शेतीत पिकविण्यासाठी शेतातील जमिनीनुसार व पिकानुसार योग्य गुणवत्तेचे पाहिजे तितके पाणी उपलब्ध असणे गरजेचे आहे. पृथ्वीवरील सगळ्यांसाठी अन्नधान्य उपलब्ध करायचे असेल तर शेती शिवाय पर्याय नाही. शेती वाचवायची असेल तर पाणी सुद्धा वाचवावे लागेल. शेतीसाठी पाणी वाचवायचे असेल तर पर्यावरण अनुकूल शेती पद्धती व त्यासाठी कार्यक्षम पाणीपुरवठा पद्धती सुद्धा लागतीलच. म्हणून जलसंवर्धन करणे जरुरी आहे.

- **पशू निवासस्थान :** पृथ्वीवरील सर्व जीवन काही आकार किंवा स्वरूपात पाण्याच्या अस्तित्वावर अवलंबून असते. आपल्या पृथ्वीवरील जमिनीवरील व जमिनीखालील पाण्याचा साठा कमी होणे याचा अर्थ असा होतो कि, आपण जंगल या पशु निवासस्थानास धोका पोहचवून पृथ्वीवरील बहुमूल्य प्रजातींचे निवासस्थान नष्ट करीत आहोत. तसेच अनेक जलाशयांमध्ये उपलब्ध पाण्याच्या गुणवत्तेनुसार विविध जल वनस्पती व पक्षी यांचे अधिवास आहेत. याव्यतिरिक्त बर्‍याधच प्राण्यांच्या प्रजातींना अतिशय विशिष्ट प्रकारचे पाण्यामध्ये राहण्यासाठी विशिष्ट जलाशयांची गरज असते म्हणून पृथ्वीवरील सर्व प्रजातींना नष्ट होण्यापासून वाचवायचे असेल तर जलसंवर्धन करण्याशिवाय पर्याय नाही.

- **पाणी पुरवठा मर्यादित आहेत :** आपण अफाट समुद्राकडे बघून विचार करू शकता की आपला पाणी पुरवठा तितकाच विशाल आहे. तथापि पिण्यास योग्य (उदा.पाणी पिण्यायोग्य)आणि वापरण्यास योग्य पाणी खूप कमी प्रमाणात आहे. महासागरातील पाणी पिण्यासाठी उपयुक्त नाही. वापरण्यायोग्य आणि पिण्यायोग्य ताज्या पाण्याचा पुरवठा मर्यादित आहेत आणि म्हणून पाणी काळजीपूर्वक वापरणे आवश्यक आहे.

जलसंवर्धन पध्दती

मानव आपल्या ग्रहावरील पाणीपुरवठा पाहत नाही असा इतिहास आहे. आम्ही पाणी वाया घालवलं आहे आणि आपल्याजवळ असलेल्या मौल्यवान पाण्याला दूषित केले आहे. येथे सहा प्रकारच्या जलसंवर्धन तंत्रांचा वापर नमूद केला आहे. या तंत्रांचा वापर आम्ही आतापासून अधिक शहाणपणाने वापरण्यास सुरवात करण्याच्या हेतूने करू शकतो. त्यांच्यापैकी बरेचजण सध्या आपल्या घरीच पुढे सुचवलेल्या जलसंवर्धन पद्धतींचा सराव

आधुनिक पद्धतीने रेनी एफ. एल-१०० फिल्टर वापरून केलेले रेन वॉटर हार्वेस्टिंग-
अंबामुकूट अपार्टमेंट, साईनगर, अमरावती

करू शकतो.

१) **प्रदूषण रोखणे** : हवा, जमीन आणि जल प्रदूषण या सगळ्यामुळे आपले पाणी दूषित
    होऊ शकते. आपण जीवाश्म इंधने जाळणे थांबविल्यास, खते आणि कीटकनाशके
    वापरणे थांबविल्यास आणि पर्यावरणपूरक पध्दतीने आपल्या कचऱ्याची विल्हेवाट
    लावली, तर आपले पाणी ताजे व निरोगी ठेवण्यास मदत होईल.

२) **कमीत कमी पाण्याचा वापर करणे** : शॉवर चालू ठेवू नका, आपल्या बागेत
    होसिपीप वापरू नका आणि स्वयंपाक करताना वापरल्या जाणाऱ्या पाण्याचा विचार
    करा. प्लॅस्टिकसह अनेक वस्तू बनविण्याकरिता पाणी वापरले जाते हे लक्षात घ्या-
    याचा अर्थ आपण खूप कमी गोष्टी खरेदी करून पाण्याचा वापर कमी करू शकता.

३) **योग्यरित्या पाणी व्यवस्थापन करा** : आपल्या महानगरपालिकेच्या जल प्रणालींचे

उन्नती करून आणि ते कार्यक्षमतेने चालत असल्याचे खात्री करून प्रत्येकाकडे पुरेसे पाणी आहे याची आम्ही खात्री करू शकतो.

४) **ग्रिनहाऊस इफेक्ट थांबवा :** वातावरणातील बदलामुळे एकदम स्थिर पाणी प्रणाली अनियमित बनली आहे. जीवाश्म इंधने जाळणे थांबविल्यास आपण ग्रीनहाऊस इफेक्ट थांबवू शकतो आणि उशीर होण्याआधीच तो परत उलटू शकतो.

५) **पावसाच्या पाण्यातील पाणी वाचवा :** पावसाचे पाणी कंटेनरमध्ये साठवा. विहिरीत किंवा बोअरवेलमध्ये सोडा, जमिनीत मोठा हौद बनवून साठवा. हे पाणी जर शुध्द केले तर पिण्यासाठी किंवा स्वयंपाक करण्यासाठी वापरले जाऊ शकते. हे पाणी इतर अनेक उपयुक्त गोष्टींसाठी वापरले जाऊ शकते. उदाहरणार्थ, आपली कार धुण्यासाठी किंवा आपल्या झाडांना पाणी देण्यासाठी हे वापरले जाऊ शकते. याचा अर्थ असा की आपण नळाचे पाणी न वापरता पावसाळ्यात पावसाचे साठविलेले पाणी वापरावे.

आजच संवर्धनाची सुरूवात करा. पण लक्षात ठेवा, केवळ सामूहिक कारवाईमुळेच आम्ही खरोखरच फरक करू शकतो. उपरोक्त तपशीलवार पध्दती वापरून इतरांसमोर एक चांगले उदाहरण प्रस्तुत करा. इतरांनाही सहभागी करून घेण्याचा प्रयत्न करा. अनेक व्यक्ती जल संवर्धनासाठी आधीच चांगले काम करीत आहेत. परंतु आता जलसंवर्धन ही प्रत्येकाची जबाबदारी झाली आहे. म्हणूनच म्हटले आहे की, 'जल है तो कल है'. तर मग जलसंवर्धन करण्याची शपथ घ्या. पुढाकार घ्या, मित्रांचा गट बनवा व लागा कामाला. जलक्रांती या फेसबुक पेजवर आपण आपल्या जलसंवर्धन कामाची माहिती पोस्ट करू शकता.

✷✷✷

रेन वॉटर हार्वेस्टिंग-समज गैरसमज

या वर्षी अमरावतीमध्ये दररोज सरासरी पाच ते दहा ठिकाणी नवीन बोअरवेल खोदल्या जात आहेत, याची मुख्य दोन कारणे आहेत. ती म्हणजे यावर्षी ज्या बोअरवेल १०० फुटी आहेत त्यांचे पाणी संपले आहे, ज्या २०० फुटी आहेत त्यांचे पाणी कमी झाले आहे म्हणून लोक ३०० फुटी बोअरवेल खोदत आहेत. परंतु त्यातील अर्ध्या ठिकाणी ३०० फुटांवरसुध्दा पाणी लागत नाही आहे. परंतु खरी गोष्ट अशी आहे कि भूगर्भातील पाणी किती लोकांना पुरणार ? आज जे पाणी आपण ३०० फुटी बोअरवेल मधून ओढत आहोत ते पाणी भूगर्भाखाली ३०० ते ५०० वर्षांपूर्वी जमा झालेले आहे. मागील तीन दशकांपासून नदी, विहिरी व तलावातील पाणी साठे कमी कमी झाल्याने माणसाने बोअरवेल करण्यास सुरवात केली.

चांगल्या प्रतीचे सबमर्शीबल पंप आल्याने आपण आणखी खोल खोल बोअरवेल करत आहोत. परंतु भूगर्भातील पाणी साठ्यावर सर्वांचा सारखा अधिकार असता तरी श्रीमंत लोकांची संख्या शहरात जास्त असल्याने शहरात भूगर्भातील पाण्याचा अपव्यवय खूप मोठ्या प्रमाणात वाढला आहे. वाढते शहरीकरण, राहणीमानात सुधारणा, वाढती लोकसंख्या यामुळे भूगर्भातील पाण्याचा अतोनात वापर व अपव्यवय दिवसेंदिवस वाढत आहे. यामुळे ग्रामीण भागातील लोकांना भूगर्भातील पाणी पुरेसे मिळत नाही. ग्रामीण भागातील लोकांना भूगर्भातील पाणी हाच पाण्याचा मुख्य स्रोत आहे. परंतु ग्रामीण भागातील बोअरवेल आता पाण्याविना कोरड्या ठाण झालेल्या आहेत. भूगर्भातील या अनियंत्रित पाणी उपसण्यामुळे व अपव्ययाचे प्रमाण वाढल्यामुळे आज शहरी व ग्रामीण दोन्ही भागात पाणी टंचाईचे प्रमाण

वाढले आहे. महाराष्ट्रात ग्रामीण भागातील जेथे शासकीय पाणी पुरवठा योजना आहे परंतु पाण्याचा स्रोत बोअरवेल आहे तिथेही पाहिजे तसे पाणी मिळत नाही. मागील काही वर्षात बाटलीबंद व प्लॉस्टिक क्यानव्दारे पाणी विकणारे खूप व्यावसायिक आहेत. ते खोलखोल असलेले भूगर्भातील पाणी वर्षभर उपसून विकतात व पैसे कमावतात. चोवीस तास पाणी मिळावे म्हणून काही व्यावसायिकांनी दोन ते तीन बोअरवेल खोदल्या आहेत. यामुळे यावर्षी अमरावतीतील भूगर्भातील पाणी साठा खूपच कमी किंबहुना संपत आला आहे. ही बाब अमरावतीकरांसाठी अतिशय गंभीर आहे. याबाबत सर्वांनी चिंतन करून वेळीच उपाययोजना केल्या नाहीत तर पुढच्या वर्षी भूगर्भातील पाणी मिळेल याची शाश्वाती नाही.

या गंभीर प्रश्नापकडे डोळसपणे लक्ष घालून भूगर्भातील पाणीसाठा वाढविण्यासाठी सर्वांनी रेन वॉटर हार्वेस्टिंग करणे जरुरी आहे. परंतु मला एक महत्त्वाची गोष्ट जाणवली ती म्हणजे रेन वॉटर हार्वेस्टिंग संबंधी अनेक गैरसमज व चुकीची माहिती लोकांमध्ये आहे. त्यासाठी येथे योग्य तांत्रिक मार्गदर्शन देत आहे. पहिला गैरसमज असा आहे की रेन वॉटर हार्वेस्टिंगसाठी खूप खर्च लागतो. तर असे नसून चार खोल्यांच्या घराच्या छतावर जवळपास ५० हजार ते १ लाख लिटर शुध्द पाणी वर्षभरात गोळा होते. त्यामुळे वीस रुपये लिटरप्रमाणे किती बचत एका वर्षात करू शकतो हे लक्षात येते. त्यामानाने दहा ते बारा हजार रुपये खर्च करणे काहीच नाही. दुसरा गैरसमज शोष खडड्याविषयीचा आहे. अनेक लोक रेन वॉटर हार्वेस्टिंग म्हणजे शोष खड्डा बनवून छतावरील व आवारातील पावसाचे पाणी त्यात सोडणे असे समजतात. या चुकीच्या समजुतीमुळे अनेक लोकांचे बोअरवेल मधील पाणी गढूळ झालेले आहे. याचे मुख्य कारण म्हणजे तांत्रिकदृष्टया योग्य माहिती व रेन वॉटर हार्वेस्टिंगच्या कामाचा अनुभव नसलेले लोकं रेन वॉटर हार्वेस्टिंग संबंधी माहितीपत्रक छापतात, सोशल मिडीयावर पोस्ट टाकतात व चुकीची माहिती लोकांपर्यंत पोहोचल्याने पाण्याची टंचाई जाणवेपर्यंत लोकं सहजासहजी रेन वॉटर हार्वेस्टिंग करण्यास धजावत नाहीत. अनेक लोकांची अडचण ही आहे की मागच्या वर्षी रेन वॉटर हार्वेस्टिंगसाठी म्हणून शोषखड्डा बनवून छतावरील पाणी त्यात सोडले परंतु एकाच पावसात खड्डा भरला व पाणी ओव्हरफ्लो होत आहे.

या बाबतीत पुढील स्पष्टीकरण लक्षात घ्यावे. तुम्ही शोषखड्डा बनवत असाल तर तो फक्त थोडे पाणी जिरविण्यासाठी असतो. खरतर संडास, बाथरूममधील व इतर वापरलेले सांडपाणी, गढूळ पाणी उघड्यावर सोडण्यापेक्षा शोषखड्ड्यात मुरविले जाते. म्हणून थोड्या प्रमाणातील वाया गेलेले पाणी किंवा वापरलेले सांडलेले पाणी मुरविण्यासाठी शोष खड्डा वापरावा. असे शोष खड्ड्यात मुरविलेले पाणी जमिनीतून काही प्रमाणात शुध्द होऊन फक्त विहिरीतील पाण्याची पातळी नगण्य किंवा फारच थोडी वाढते. याचे कारण म्हणजे जमिनीत पाणी मुरण्यास व ते खोलवर जाण्यास बराच कालावधी लागतो. पाणी मुरण्याची गती

रेन वॉटर हार्वेस्टिंग जनजागृती अभियान

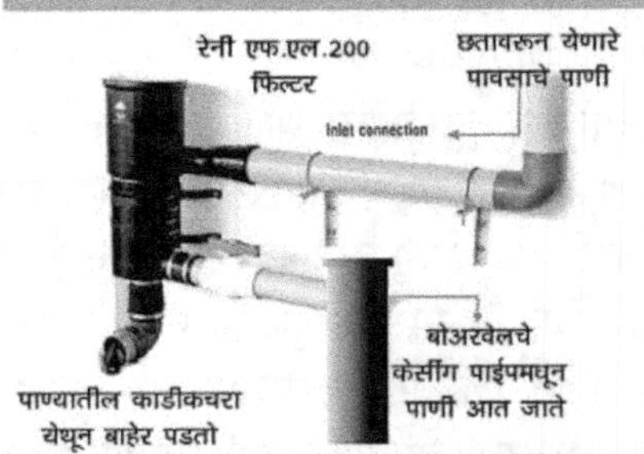

मातीच्या प्रकारावर, गुणधर्मावर व वेगवेगळ्या थरांच्या जाडीवर अवलंबून असते. त्यामुळे मुबलक असे पाणी शोष खड्डयातून मुरून तीस ते चाळीस फूट खोल विहिरीतील पाण्यात जाण्यास खूप वेळ लागतो. यामुळे रेन वॉटर हार्वेस्टिंगसाठी केवळ शोषखड्डा कामाचा नाही तर शोष खड्डयाऐवजी फिल्टर टँक बनविणे जरुरी आहे. रेन वॉटर हार्वेस्टिंग जर विहिरीकरिता करायचे असेल तर फिल्टर टँक बनविणे जरुरी आहे. रेन वॉटर हार्वेस्टिंग जर विहिरीकरिता करायचे असेल तर फिल्टर टँक वजा शोषखड्डा बनवावा. त्यात विटांचे तुकडे, रेतीमधील रोडा किंवा कोळसा टाकू नये. दीड फुट जाडीचे थर, खालून वर ४ इंची दगड, त्यावर २ इंची दगड, त्यावर १ इंची गिट्टी व सर्वात वर एक फूट जाडीचा रेतीचा थर टाकून फिल्टर टँक वजा शोषखड्डा बनवावा. पाच फुट खोलीवरून सर्वात खालच्या ४ इंची दगडाच्या थरातून दोन इंची पाईप विहिरीत सोडावा. छतावरील पावसाचे पाणी रेतीवर सोडल्याने काही पाणी जमिनीत मुरून विहिरीत जाईल व भरपूर पाणी फिल्टर होऊन दोन इंची पाईप मधून शुध्द पावसाचे पाणी विहिरीत जाईल. अशा प्रकारे खऱ्या अर्थाने विहिरीकरिता रेन वॉटर हार्वेस्टिंग

करावे.

बोअरवेलकरिता रेन वॉटर हार्वेस्टिंग करायचे असल्यास फक्त छतावरील पावसाचे पाणी बोअरवेलमध्ये सोडणे अपेक्षित असते. यासाठी बोअरवेलच्या केसिंग पाईपला दोन इंची छिद्र पाडून त्यात रेन वॉटर पाईप जोडावा. कचरा, धूळ, माती बोअरवेलमध्ये जाऊ नये म्हणून रेती फिल्टर किंवा रेन ट्रॅप फिल्टर किंवा ताराची जाळी अथवा प्लास्टिक जाळी लावून पावसाच्या पाण्याचा पाईप बोअरवेलच्या केसिंग पाईपला जोडावा. अश्याप्रकारे पावसाचे पाणी सोडल्यास ते पाणी ॲक्वागार्ड आर ओ किंवा युव्ही फिल्टर लावल्याशिवाय पिण्यासाठी वापरू नये. इतर वापरासाठी काही अडचण नाही. बोअरवेलकरिता रेन वॉटर हार्वेस्टिंगसाठी दुसरा पर्याय असा की जुन्या बोअरवेलपासून दहा ते वीस फूट अंतरावर दुसरी नवीन बोअरवेल कमीतकमी १०० फुटांपेक्षा जास्त खोल करावी व त्यात टेरेसवरील पावसाच्या पाण्याचा पाईप जोडावा. ही पध्दती सर्वात जास्त प्रभावी असून भरपूर पावसाचे पाणी भूगर्भात सोडून प्रभावी रेन वॉटर हार्वेस्टिंग करता येते.

यामुळे भूगर्भातील सच्छिद्र दगडातून शुध्द झालेले पाणी तुमच्या बोअरवेलमध्ये येते. मी अश्या प्रकारे अनेक ठिकाणी बोअरवेलकरिता रेन वॉटर हार्वेस्टिंग करून दिलेले आहे. फ्लॅटकरिता, मोठ्या इमारतीकरिता दुसरी बोअरवेल करून रेन वॉटर हार्वेस्टिंग करणे खूपच उत्कृष्ट आहे. शाम नगर, नवाथे विलासनगर येथे अशाप्रकारे हार्वेस्टिंग केले आहे. यासाठी बंद पडलेल्या विहिरी किंवा बोअरवेल वापरून रेन वॉटर हार्वेस्टिंग करणे खूप हिताचे ठरते.

आधुनिक पध्दतीने रेन वॉटर हार्वेस्टिंग करा

दरवर्षीप्रमाणे या वर्षी ५ जून पर्यावरण दिनानिमित्त आपण काही महत्त्वाच्या पर्यावरणविषयक बाबींवर चर्चा करणार आहोत. आजच्या लेखात आपण पाणी समस्येविषयी काय सकारात्मक पाऊल उचलता येईल याबाबत जाणून घेणार आहोत. मागीलवर्षी मी रेन वॉटर हार्वेस्टिंग कसे करावे, रेन वॉटर हार्वेस्टिंग विषयी समज गैरसमज याबाबत लिहिले होते. मागील दोन ते तीन वर्षापासून मी   प्रा. राम मेघे कॉलेज ऑफ इंजिनीअरिंग ॲण्ड मॅनेजमेंट, बडनेरा अमरावतीच्या स्थापत्य अभियांत्रिकी विभागातर्फे रेन वॉटर हार्वेस्टिंग जनजागृती अभियान राबवित आहोत.

दरवर्षी लोकांनी बोलावले म्हणून मी माझ्या इलेक्ट्रिक गाडीने त्यांच्या घरी जाऊन रेन वॉटर हार्वेस्टिंग कसे करावे याबाबत माहिती देत आहे. परंतु मला असे दिसून आले की, बरेच लोकं घरी बोलावून माहिती विचारतात परंतु वास्तविक काम मात्र करीत नाहीत. याबाबत माझ्या असे लक्षात आले कि, छतावरील पावसाचे पाणी पाईपव्दारे गोळा करून ते विहिरीत किंवा बोअरवेलमध्ये सोडण्यासाठी फिल्टर टँक पाहिजे. अशा फिल्टर टँक मधून खालच्या दगडाच्या थरातून जमिनीखाली सहा ते सात फूट खोलवर पाईप जोडावा लागतो. त्याबाबत गड्ड्याचे बरेच गैरसमज आहेत. याबाबत मागील वर्षाच्या लेखमालेत मी उल्लेख केला होता. चार पाच वर्षापूर्वी मी जमिनीत गड्डा करून त्यात जाड पासून बारीक गिट्टी व त्यावर रेती टाकून पावसाचे पाणी गाळण्यासाठी फिल्टर टँक बनविण्यासाठी मार्गदर्शन देत होतो. मागील दोन वर्षापासून मी फिल्टर टँक हा प्लॅस्टिक टाकीमध्ये बनविण्यास सांगण्यास सुरवात केली

कारण काही घरी लोकांकडे प्लॉटमध्ये जागा नसल्यामुळे जमिनीत खड्डा करून फिल्टर टँक बनविणे शक्य नाही. फिल्टर टँक जमिनीत खड्डा करून बनवा किंवा जमिनीवर प्लास्टिक टँकमध्ये तयार करा, दोन्ही बाबतीत हा फिल्टर टँक दरवर्षी स्वच्छ करावा लागतो. त्यातील वरच्या थरातील रेती बदलावी लागते. कारण त्यावर माती व गाळ जमून ती खराब होते. पावसाळ्यानंतर त्यावर विविध रोपटे उगवतात, पावसाच्या पाण्यातील कचरा रेतीवर साचतो त्यामुळे फिल्टर टँकची पाणी गाळण्याची क्षमता फारच कमी होते. ही रेती बदलणे म्हणजे खर्चिक काम झाले आहे. रेतीसुध्दा महाग झाली व ती दर वर्षी बदलण्यासाठी कोणीच पुढाकार घेत नाही, म्हणून मागील तीन चार वर्षात रेन वॉटर हार्वेस्टिंगसाठी केलेले फिल्टरटँकचे काम आता उपयोगाचे राहिलेले नाही. काही लोकांनी असे फिल्टर टँक पावसाळ्यानंतर उपयोगात येत नाही म्हणून काय करावे, यासाठी घरातील वापरलेले गढूळ पाणी, भांडे धुणे, कपडे धुणे, संडास, बाथरुममधील सर्व पाणी यांमुळे फिल्टर मटेरीअल घाण झाले. वरच्या थरातील रेती अतिशय खराब झाली. त्यामुळे फिल्टर टँक मधून पाणी गाळल्या जाण्याऐवजी ते गढूळ होऊन विहिरीत किंवा बोअरमध्ये जाऊ शकते. यामुळे भूजलाची गुणवत्ता कमी होऊ शकते.

गढूळ झालेले, खराब झालेले पाणी फिल्टर टँकमध्ये सोडल्यामुळे अशा फिल्टर टँकची देखभाल व दुरूस्तीसाठीचा खर्च दरवर्षी करावा लागतो. याशिवाय काही लोकांनी चुकीच्या पध्दतीने फिल्टर टँक बांधल्याने हे टँकमधील पाणी इमारतीच्या पायाखाली मुरवल्यामुळे कॉलम जमिनीत दबले व त्यामुळे भिंतीला तडा गेला, घरातील फ्लोअरिंग काही भागात दबले. यामुळे रेन वॉटर हार्वेस्टिंगकरिता योग्यप्रकारे फिल्टर टँक बांधणे जरुरी आहे. अशा फिल्टर टँक बाबत अनेकअडचणीमुळे फिल्टर टँक ऐवजी चांगले पर्याय म्हणून मी अनेक रेडीमेड फिल्टरचा शोध घेतला व त्यांची कार्यपध्दती समजून घेतली त्यामुळे आता घरगुती इमारती, औद्योगिक इमारती, फ्लॅट स्कीम, व्यावसायिक इमारती, उतरत्या छतांच्या इमारती इ. सर्व इमारतींना जमिनीत खड्डा न करता आधुनिक पध्दतीने रेन वॉटर हार्वेस्टिंग करणे अगदी सोपे व देखभाल रहित झाले आहे. यासाठी मागील वर्षात मी ठाणे, अहमदाबाद, मुंबई, बंगलोर. पुणे, वर्धा इ. ठिकाणी रेडीमेड फिल्टर बनविणाऱ्या कंपनींना भेटी दिल्या व त्यांच्याविषयी माहिती मिळविली. यानुसार बाजारात आधुनिक रेन वॉटर फिल्टर उपलब्ध आहेत. यामध्ये फिल्टर मिडियाव्दारे पाणी गाळले जाते व छतावरून येणाऱ्या पाण्यातील कचऱ्यातील कण, झाडांची पाने, पक्षांची पिसे, काडी कचरा इ. सर्व वेगळे केले जाते. बाजारात रेन ट्रॅप फिल्टर, रेनी एफ.एल. फिल्टर, पीव्हीसी पाईप फिल्टर, आय.आय.एस.सी. बंगलोरचे फिल्टर असे अनेक फिल्टर उपलब्ध आहेत. बंगलोरच्या फार्मलँड रेन वॉटर हार्वेस्टिंग सर्विसेस यांनी रेनी एफ.एल.फिल्टर किट विकसीत केली असून रेती एफ.एल फिल्टर किट ही यावर्षीपासून अमरावतिमध्ये प्रभावी कंस्ट्रक्शन अँड एन्व्हायर्नमेंटल सर्विसेस, मोनालिसा कॉम्प्लेक्स,

प्रा. प्रवीण खांडवे यांनी आपल्या घरी सुरुवात करून अमरावतीमध्ये अनेक ठिकाणी रेन वॉटर हार्वेस्टिंग फिल्टर बसविले आहेत.

राजापेठ पोलीस स्टेशनसमोर, अमरावती येथे उपलब्ध आहे. रेनी एफ.एल-१०० ही रेन वॉटर हार्वेस्टिंग किट १५०० चौ. फुटापर्यंत टेरेस एरिया करिता उपयोगी असून जास्तीत जास्त ७५ मिमी प्रती तास या दराने पडणारे पावसाचे पाणी ९० मिमी व्यासाच्या दरावरून येणारे पावसाचे पाणी पाईपने फिल्टरमध्ये सोडता येते. हे फिल्टर १०५ लिटर प्रती मिनिट या दराने पाणी फिल्टर करते व ६३ मिमी व्यासाच्या पाईप मधून गाळलेले पाणी बाहेर पडते. हा पाईप आपण सरळ विहिरीत सोडू शकतो किंवा बोअरवेलच्या केसिंग पाईपला छिद्र पाडून जोडता येतो. सदर फिल्टरची कार्यक्षमता ९० टक्के असून हे फिल्टर पूर्णतः गुरुत्वाकर्षण शक्तीवर कार्य करते. यामुळे याला चालविण्यासाठी कोणताही विद्युत ऊर्जा वगैरेचा खर्च नाही. यामध्ये एस.एस. ३०४ गुणवत्तेचे पूर्णतः स्टीलचे बनलेले डबल बॅरल फिल्टर २५० मायक्रॉन स्टील जाळीसह बसविलेले आहे. या संपूर्ण रचनेमध्ये कोणत्याही प्रकारचा अडथळा निर्माण होत नसल्याने यात कोणतीही घाण किंवा कचरा अडकून राहत नाही. आकाराने लहान असलेले हे फिल्टर भिंतीवर सहज बसविता येत असून यासोबत एक अतिरिक्त वॉल्व येतो ज्यामुळे गाळलेले पाणी बायपाससुध्दा करता येते. या फिल्टरमध्ये स्वतःच स्वतःला स्वच्छ करणारी स्वयंचलित रचना आहे.

कोणत्याही दिशेने येणारे पाईप यात सहज जोडता येत असून फिटिंगसाठी लागणारे सर्व

साहित्य जसे रबर बुशिंग, रबर स्ट्रीप, पान्हा, ब्रश, स्टॅन्ड, स्क्रू. इ. किटसोबत मिळते. हे रेन वॉटर हार्वेस्टिंग किट वापरून आपण पावसाचे पाणी या फिल्टर मधून गाळून सरळ विहिरीत किंवा बोअरवेलच्या केसिंगमध्ये सोडू शकतो. सदर फिल्टर एच.डी.पी.इ. मटेरीअलपासून बनलेले असून बारा ते पंधरा वर्ष सहज टिकते. अशाप्रकारे रेनी एफ.एल.-२०० ही रेन वॉटर हार्वेस्टिंग किट हे २६०० चौ. फुटापर्यंत टेरेस एरिया करिता, रेनी एफ. एल.-३०० हे ३८०० चौ. फुटापर्यंत टेरेस एरिया करिता व रेनी एफ.एल.-५०० हे ५००० चौ. फुटापर्यंत टेरेस एरिया करिता वापरता येते. जर छतावरील पावसाचे पाणी एका पाईपव्दारे खाली आणले असेल तर अशाप्रकारे आधुनिक पध्दतीचे रेडीमेड फिल्टर वापरून आपण सहजतेने रेन वॉटर हार्वेस्टिंग करू शकतो. यामुळे आपण अमरावती शहरात पडणाऱ्या ८०० मिमी पावसाचा विचार केला तर १००० चौ. फूट टेरेस क्षेत्रफळावरील सुमारे ७२००० लिटर शुध्द पाणी भूजल स्रोतांमध्ये साठवू शकतो.

संपूर्ण जलसंवर्धन घरोघरी राबवा

मागील लेखात आपण आधुनिक पध्दतीने रेन वॉटर हार्वेस्टिंग कसे करावे व याला अमरावती पाणी फाउंडेशनच्या माध्यमातून लोक चळवळ बनविणे का गरजेचे आहे याबाबत चर्चा केली. याशिवाय प्रत्येकाने वैयक्तिकरीत्या जलसंवर्धनासाठी पुढाकार घेतला तर सध्या उपलब्ध असलेले शुध्द पाणीसुध्दा आपण वाचवू शकतो. जेव्हा आपण पाणी विकत घेण्याचा विचार करतो तेव्हा प्रती लिटर २० रु. द्यावे लागतात. आपण दररोज एका घरात कितीतरी शुध्द पाणी वाया घालवितो आणि यामुळेच काही विदेशी कंपन्या आपल्याच भूगर्भातील पाणी शुध्द केल्याचे भासवून बॉटलमध्ये पॅक करून आपल्यालाच विकतात. याउलट आपण जर संपूर्ण जलसंवर्धन करायचे ठरविले तर कितीतरी रुपये आपण दरवर्षी वाचवू शकतो व भारतीय मुद्रा विदेशी कंपन्यांना परदेशात नेण्यापासून रोखू शकतो. अशा प्रकारे आपण भारतास स्वयंपूर्ण देश बनविण्यास मदत करू शकतो. हीसुध्दा एक प्रकारे राष्ट्राची सेवाच होय. यासाठी ज्यांना ज्यांना शक्य आहे त्यांनी आपल्या घरी रेन वॉटर हार्वेस्टिंग करून आपली राष्ट्रभक्ती सिध्द करण्याची आता वेळ आली आहे. छतावरीलपावसाचे पाणी अशुध्द होण्याअगोदर पाईपव्दारे गोळा करून फिल्टर टँकमधून गाळून निघालेले पाणी बोअरवेल किंवा विहिरीमध्ये सोडणे म्हणजे रेन वॉटर हार्वेस्टिंग होय. यालाच जलपुनर्भरण असेसुध्दा म्हणतात. रेन वॉटर हार्वेस्टिंग म्हणजे पर्जन्यसुगी होय.

पाणी जलस्रोतांमध्ये सोडणे म्हणजे जलपुनर्भरण होय. यालाच पाऊस पेरणे असे म्हणतात. याशिवाय प्रत्येकाने घरात आपल्या रोजच्या जगण्यात काही बदल केले तर

किती तरी पाणी आपण दररोज वाचवू शकतो. यासाठी १५ कलमी संपूर्ण जलसंवर्धन कार्यक्रमाची प्रभावी अंमलबजावणी घरोघरी करणे गरजेचे आहे.

- **उपाय १ : गळके नळ दुरूस्त करा :** एका मिनिटाला ४५ थेंब पाणी वाया जाते. याप्रमाणे तीन तासांत एक लिटर पाणी वाया जाते. एक दिवसात आठ लिटर पाणी वाया जाते व एक महिन्यात २४० लिटर पाणी वाया जाते, म्हणजे २० रु. प्रती लिटरनुसार आपण ४८०० रु. महिन्याचे पाण्याचे नुकसान करीत आहोत. जर अमरावतीचं उदाहरण घ्यायचं झालं तर, अमरावतीत साधारणपणे ९,५०,०००घरे आहेत. असे घडले तर दीड लाख २४० लिटर - तिनशेसाठ लाख लिटर म्हणजे एका महिन्यात ३६० लाख लिटर शुध्द पाणी वाया जाते. ७२ कोटी रुपये हे पाणी विकत घेण्यास लागतील. यामुळेच विदेशी कंपन्या पाण्याचा व्यापार करीत आहेत.

- **उपाय २ : टूथब्रशने तोंड धुताना नळ बंद ठेवा :** दर वेळी चार ते पाच लिटर शुध्द पाणी वाया जाते. म्हणजे यासाठी पंधरा हजार रूपये महिन्याला वाया जातात.

- **उपाय ३ : दाढी करताना मगात पाणी घ्या :** बेसिनमध्ये नळाखाली ब्लेड धुतल्यास दरवेळी पाच ते सात लिटर पाणी वाया जाते. या ऐवजी मगात पाणी घेतल्यास अध्र्या लिटरमध्ये काम होते. प्रत्येक वेळी चार लिटर पाणी वाचविता येते. एक व्यक्ती महिन्यात आठ वेळा दाढी करत असेल तर ३२ लिटर पाणी वाचेल. दोन लाख व्यक्ती असे करीत असतील तर ६४ लाख लिटर पाणी दर महिन्याला वाचविता येईल.

- **उपाय ४ : अंघोळीसाठी शॉवर वापरू नका :** बादलीत दहा ते पंधरा लिटर पाणी घेऊन आंघोळ करा. शॉवर वापरल्यास ५० ते ७५ लिटर पाणी लागते. याप्रमाणे एक व्यक्ती ४० लिटर पाणी वाचवितो. घरातील ५० टक्के लोकांनी असे केले तर महिन्याला तीन हजार लिटर पाणी वाचू शकते. शहरातील दोन लाख लोकांनी जरी असे केले तर महिन्याला ६० कोटी लिटर पाणी वाया जाण्यापासून आपण रोखू शकतो.

- **उपाय ५ : नळाखाली भांडे धुवू नका :** किचन सिंक किंवा नळाखाली भांडे न धुतल्यास एका घरात २० ते २५ लिटर पाणी वाचते. एका महिन्यात ७५० लिटर पाणी वाचते. अमरावतीत दीड लाख घरातून एका महिन्याला ११२ लाख ५० हजार लिटर पाणी वाचू शकेल.

- **उपाय ६ : पूर्ण क्षमतेने वॉशिंग मशीन वापरा :** पाच कपडे धुतले किंवा वीस कपडे धुतले तरी वॉशिंग मशीनमध्ये पाणी तेवढेच लागेल. एका घरात दररोज १५० लिटर पाणी वाचू शकेल. एका घरात महिन्याला ४५०० लिटर पाणी वाचू शकते. समजा वीस टक्के घरात वॉशिंग मशीन असेल तर ५० हजार वॉशिंग मशीन

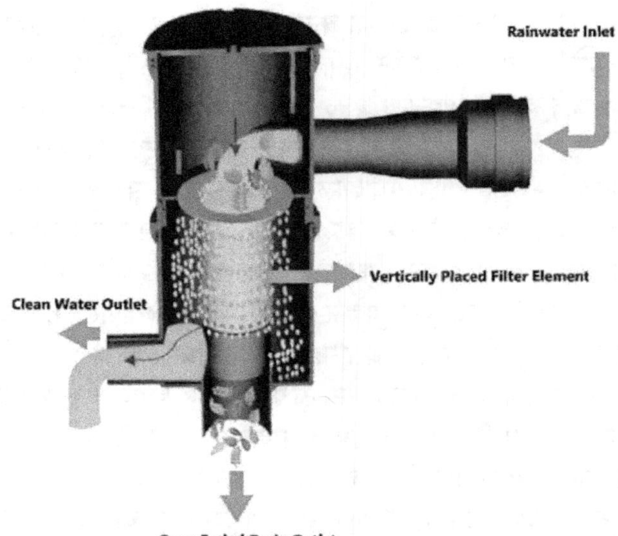

रेनी एफ एल फिल्टर हे सध्या उपलब्ध असलेल्या फिल्टरपैकी शून्य देखभाल खर्च, स्वयंचलीत स्वच्छ होणारे, टिकाऊ, तसेच डबल बॅरल स्टील फिल्टर युक्त असलेले सर्वोत्तम फिल्टर आहे.

महिन्याला २२५ लाख लिटर पाणी वाचवू शकतात.

- **उपाय ७ : टॉयलेटमध्ये बकेटने पाणी टाका :** फ्लश कॉक ऐवजी बकेटने टॉयलेटमध्ये पाणी टाकल्यास प्रती व्यक्ती २५ लिटर पाणी वाचते. याप्रमाणे एका घरात दररोज १२५ लिटर पाणी वाचू शकते. अशाने महिन्याला प्रत्येक घरात ४००० लिटर पाणी वाचू शकते. समजा फक्त ५० हजार घरात फ्लश कॉक वापरत असल्यास वीस कोटी लिटर पाणी आपण महिन्याला वाया घालवतो.

- **उपाय ८ : बादलीत पाणी घेऊन कार धुवा :** पाईपने कार धुण्यापेक्षा बकेटमध्ये वीस लिटर पाणी घेऊन कार धुतल्यास १३० लिटर पाणी वाचते. पंचवीस हजार लोकं जर असे करतील तर प्रत्येक वेळी ३००० लिटर पाणी वाचते. महिन्यातून चार वेळा कार धुतल्यास १२००० लिटर पाणी वाचू शकते.

- **उपाय ९ : आर.ओ. फिल्टरमधून वाया गेलेले पाणी उपयोगात आणा :** एक लिटर पाणीशुध्द करण्यासाठी चार लिटर पाणी वाया जाते. याप्रमाणे महिन्याला बारा हजार लिटर पाणी वाया जाते. वीस हजार आर.ओ. फिल्टर असल्यास महिन्याला

२४० लाख लिटर पाणी वाया जाते.

- **उपाय १० : सुरू बंद तोटी (बिब टॅप) ऐवजी फिरकीची तोटी (व्हिली टॅप) लावा** : फिरकीवाली तोटी वापरल्यास पन्नास टक्के पाणी वाचविता येते. किचन सिंक व बेसिनमध्ये दररोज पाच लिटर पाणी प्रती व्यक्ती वाचू शकते. एका घरात दररोज पंचवीस लिटर या प्रमाणे महिन्याला साडेसातशे ते हजार लिटर पाणी वाचू शकते. संपूर्ण अमरावतीमध्ये असे केले तर पंचवीस लाख लिटर पाणी महिन्याला वाचू शकते.

- **उपाय ११ : शिळे पाणी म्हणून पाणी फेकू नका :** या सवयीमुळे कमीतकमी पन्नास ते शंभर लिटर शुध्द पाणी प्रत्येक घरी वाया जाते. यानुसार पन्नास लाख लिटर पाणी दर दिवशी आपण अशुध्द करतो. अशा पाण्याचा पुर्नवापर करा,इतर कामासाठी हे पाणी जरूर वापरा.

- **उपाय १२ : पावसाळ्यात पावसाचे पाणी वापरा :** लॉफ्ट स्लॅबवर,चपट्या प्लास्टिक टाकीत पावसाचे पाणी गोळा करून ते वापरा. भांडे धुणे, कपडे धुणे यांसाठी हे पाणी वापरा. हे पाणी टायलेटमध्ये किंवा बेसिनमध्ये पण वापरता येईल. दर दिवशी चारशे लिटर पाणी एका घरात वाचू शकते. यानुसार एका महिन्याला बारा हजार लिटर शुध्द पाणी वाचू शकते.

- **उपाय १३ : पिण्याचे पाणी लहान पेल्यात द्या :** दर वेळी पाहुण्यांना पाणी देताना लहान पेल्यात पाणी द्या किंवा ट्रेमध्ये प्रत्येक पेला अर्धाच भरा. या प्रकारे प्रत्येक वेळी एक लिटर शुध्द पाणी वाचू शकते. महिन्याला शंभर लिटर पाणी आपण वाचवू शकतो. शहरात पाच लाख लिटर शुध्द पाणी वाचू शकते.

- **उपाय १४ : पाईपने आंगणात पाणी टाकू नका :** मनपा नळ आल्यावर आंगणात नळाला पाईप लावून पाणी टाकू नका. बकेटमध्ये पाणी घेऊन लहान मग्याने आंगणात पाणी टाका. या प्रकारे दरवेळी पन्नास लिटर पाणी वाचू शकते. पन्नास टक्के घरांमध्ये असे केल्यास पंचवीस लाख लिटर शुध्द पाणी आपण वाचवू शकतो. यासाठी पुर्नवापर केलेले पाणीसुध्दा वापरता येईल.

- **उपाय १५ : आधुनिक स्प्रे नोझल वापरा :** घरातील तोट्यांना आधुनिक स्प्रे नोझल बसवा. असे केल्याने एकूण वापरातील पन्नास टक्के पाणी वाचू शकते. किचनसिंक, बेसिनमध्ये भांडे धुण्यासाठीचा नळ या ठिकाणी दररोज पन्नास लिटर पाणी वाचू शकते. एका महिन्यात १५०० लिटर पाणी वाचू शकते. पन्नास टक्के घरांत असे केले तर ७५० लाख लिटर पाणी वाचू शकते.

❋❋❋

अमरावती पाणी फाऊंडेशन :
एक लोकचळवळ

अमरावतीमध्ये काँक्रीट रस्त्यामुळे पाणी झिरपण्याची क्षमता कमी झाली आहे. फ्लॅट स्कीम व सोसायटीमधील बोअरवेलमधील पाण्याची पातळी २०० ते ३०० फूट खाली गेलेली आहे. जुन्या विहिरी बुजल्या आहेत. विहिरीतील गाळ स्वच्छ केला नाही. जुन्या विहिरीमध्ये कचरा व निर्माल्य टाकल्यामुळे त्या बंद आहेत. शहराबाहेर बांधकामासाठी नवीन खोल बोअरवेलमुळे भूगर्भातील पाण्याची पातळी खोल गेली आहे. कंपाऊंड भिंतीच्या आत आपण पेविंग ब्लॉक लावल्यामुळे पाणी झिरपणे बंद झाले आहे. बोअरवेलमधील पाणी कमी झाल्याने मोटर जास्त वेळ चालत नाही. शुध्द पाणी पाईपने आंगणात किंवा कार धुण्यासाठी वापरण्याची सवय लागलेली आहे. अशा परिस्थितीत आपण अमरावती शहरातील भूजल समृध्दीसाठी आताच काही केले नाही तर भविष्यात पाणी प्रश्न गंभीर होऊ शकतो. हे टाळायचे असेल तर अमरावतीमध्ये प्रभावीपणे रेन वॉटर हार्वेस्टिंग करणे हा एकमेव पर्याय आता आपल्याकडे शिल्लक आहे.

मी गेल्या चार पाच वर्षांपासून विदर्भ युथ वेलफेअर सोसायटीव्दारा संचालित प्रा. राम मेघे कॉलेज ऑफ इंजिनीअरिंग ॲण्ड मॅनेजमेंट, बडनेरातर्फे रेन वॉटर हार्वेस्टिंग अभियान निरंतर राबवित आहे. परंतु यावर्षीची अमरावतीतील जमिनीखालील पाण्याची पातळी इतकी खोल गेलेली आहे कि माझ्या एका मित्राकडे यावर्षी नवीन बोअरवेल ३०० फूट खोल केली तरीही

पाणी लागले नाही. महादेवखोरी परिसरात ३८० फूट खोल बोअरवेलला पाणी लागले नाही. याचे मुख्य कारण म्हणजे मागील दहा ते पंधरा वर्षांपासून ज्या पध्दतीने आपण बोअरवेलव्दारे भूगर्भातील पाणी उपसण्याचा सपाटा लावला आहे व याउलट शहरातील जुन्या विहिरी वापरणे बंद केले आहे किंवा त्याचा उपसा बंद केला, त्यात कचरा टाकणे सुरू केले. काही विहिरी बंद केल्या. या सोबतच गल्ली बोळातील रस्ते काँक्रीट झाले, घराबाहेर काँक्रिटचे रस्ते, त्यांच्या बाजूला पेव्हिंग ब्लॉक व घराच्या कंपाऊंड भिंतीच्या आत आपण पेव्हिंग ब्लॉक लावले. त्यामुळे पाणी जमिनीत भूगर्भात १०० ते १५० फूट खोल जाणे बंद झाले. यामुळे पावसाळ्यात पाऊस झाल्यावर खोलगट भागातील विहिरीमधून पावसाचे पाणी भूगर्भात जात होते तेही आता बंद झाले. याउलट अमरावती शहराच्या बाहेरच्या भागात घर बांधकाम, रस्तेबांधकाम इ. विकास कामांसाठी मागील दहा ते पंधरा वर्षांपासून भूगर्भातील खोलवर असलेले पाणी प्रचंड प्रमाणात निरंतर उपसा करून भूगर्भातील सच्छिद्र दगडातील पाणी संपविले आहे म्हणून अमरावतीमध्ये ३०० ते ४०० फूट बोअरवेल केल्यावरही पाणी लागेलच हे सांगता नाही. यामुळे जरी अमरावती शहराला अप्पर वर्धा धरणाचे पाणी पिण्याकरिता मिळत असले तरी इतर उपयोगासाठी लागणारे पाणी भूगर्भातील जलस्त्रोतांमध्ये उपलब्ध असणे अतिशय जरुरी आहे. याकरिता आम्ही चालवीत असलेल्या रेन वॉटर हार्वेस्टिंग जनजागृती अभियानाची व्याप्ती वाढविण्यासाठी आमच्या कॉलेजने अमरावती महानगरपालिका, अमरावती सोबत समन्वय करार केला असून अमरावतीला भूजल समृध्द करण्यासाठी मनपा मा. आयुक्त व मा. उपायुक्त यांच्या पुढाकाराने अमरावती पाणी फाउंडेशनची स्थापना करण्यात आली आहे. या अंतर्गत पहिल्या टप्प्यात रेन वॉटर हार्वेस्टिंग प्रसार व प्रचार सुरू करण्यात आला आहे. पावसाचे छतावरील पाणी अशुध्द होण्याअगोदर पाईपव्दारे गोळा करून, फिल्टर टँकमधून गाळून निघालेले पाणी बोअरवेल किंवा विहिरीमध्ये सोडणे म्हणजे रेनवॉटर हार्वेस्टिंग होय. यालाच जल पुनर्भरण असेसुध्दा म्हणतात. रेन वॉटर हार्वेस्टिंग म्हणजे पर्जन्यसुगी होय, पाणी जलस्त्रोतांमध्ये सोडणे म्हणजे जल पुनर्भरण होय, यालाच पाऊस पेरणे असे म्हणतात. रेन वॉटर हार्वेस्टिंगसंबंधी मागील महिन्याभरात विविध गटांना संबोधित करण्यासाठी अमरावती महानगरपालिकेने जोरदार सुरुवात केली आहे.

महानगरपालिकेचे मा. आयुक्त व उपायुक्त यांनी स्वतः विविध सभांना संबोधित केले आहे. आतापर्यंत मनपा अभियंते कर्मचारी, अधिकारी, वसुली लिपिक, महिला बचत गट प्रतिनिधी आरोग्य विभाग अधिकारी व कर्मचारी, मनपा शिक्षक इ. चे रेन वॉटर हार्वेस्टिंगबाबतचे तांत्रिक प्रशिक्षण पूर्ण झाले असून जवळपास चार हजारांहून जास्त लोकांपर्यंत तांत्रिक माहिती पोहचविण्यात आली आहे. अमरावती पाणी फाउंडेशनच्यावतीने दुसऱ्या टप्प्यात सोशल मीडियाच्या मदतीने विविध लोकांना रेन वॉटर हार्वेस्टिंगबाबत माहिती पुरविणे सुरू आहे. क्रेडाई, कॉन्ट्रॅक्टर असोसियेशन, बिल्डर असोसियेशन, रोटरी

प्रा. प्रवीण खांडवे यांनी घरावर नेट मिटर लावून तीन किलोवॅट सोलर पॅनेल वापरून वीज बचतीचा प्रयत्न.

क्लब, जेसीस क्लब, डॉक्टर असोसियेशन, वकील समूह, विविध शैक्षणिक संस्था, शाळा, महाविद्यालय या सर्वांचा सहभाग अमरावती पाणी फाउंडेशनसाठी घेण्यात येत आहे. यामुळे यावर्षी अमरावतीला भूजल समृद्ध करण्यासाठी खूप मोठे काम होत आहे. मी स्वत: दररोज पाच ते सहा ठिकाणी रेन वॉटर हार्वेस्टिंगसाठी तांत्रिक माहिती मोफत देत आहे. आतापर्यंत शंभराहून जास्त लोकांनी आपल्या घरी रेन वॉटर हार्वेस्टिंगचे काम करण्यास सुरुवात केली आहे. शहरातील अनेक भागातील फ्लॅटधारक मार्गदर्शन कार्यक्रमासाठी बोलावीत आहेत.

अमरावती प्रादेशिक प्रशिक्षण विभागाच्या मदतीने वरुड व मोर्शी तालुक्यातील दोनशे शाळांमध्ये रेन वॉटर हार्वेस्टिंग येत्या काळात हाती घेण्यात येत आहे. काही शेतकरी शेतातील पावसाचे पाणी भूजलामध्ये हार्वेस्टिंग करण्यास पुढे येत आहे. कामरगाव परिसरातील दहा शाळांना मे नुकत्याच भेटी दिल्या असून तेथेही रेन वॉटर हार्वेस्टिंग करण्यात येणार आहे. अमरावती विद्यापीठातील नवीन इमारतींना निरीक्षण भेट पूर्ण झाली असून त्वरेने काम पूर्ण होणार आहे. शहरातील अनेक दवाखाने व फ्लॅट स्कीमला रेन वॉटर हार्वेस्टिंग करून पूर्ण झाले आहे. अशा पध्दतीने आपण सर्वांनी मिळून अमरावती शहर भूजल समृध्द करण्यासाठी सक्रिय होणे गरजेचे झाले आहे. या लेखाव्दारे आपल्या सर्वांना विनंती करण्यात येते की प्रत्येकाने विविध प्रकारच्या पध्दतींचा वापर करून पाण्याचा अपव्यय टाळणे, घरातील सांडपाणी मॅजिक पिट/शोष खड्ड्याव्दारे जमिनीत मुरविणे, व छतावरील पावसाचे पाणी फिल्टरव्दारे गाळून सरळ विहिरीत किंवा बोअरवेलमध्ये सोडून रेन वॉटर हार्वेस्टिंग करणे या तीनही बाबींचा अवलंब करावा. याबाबत आपल्या आजूबाजूला याचा प्रसार व प्रचार करावा आणि अमरावती पाणी फाउंडेशनला एक लोक चळवळ बनविण्यास पुढाकार घेऊ या!

❋❋❋

शाळा व महाविद्यालयाकरिता
संपूर्ण जल संवर्धन

मागील लेखात आपण बघितले रोजच्या जगण्यात काही बदल केले तर कितीतरी पाणी आपण दररोज वाचवू शकतो. त्यासाठी १५ कलमी संपूर्ण जल संवर्धन कार्यक्रमाची प्रभावी अंमलबजावणी घरोघरी करणे जरुरी आहे. आता सदर लेखात अमरावती शहरास भूजल समृध्द बनविण्यात युवा पिढीचा सहभाग वाढविण्यासाठी काय करता येईल हे बघू या. आपणास माहीत आहे की, ९७% पाणी समुद्रात आहे, त्यातील फक्त ३% पाणी शुध्द गोडे पाणी आहे. त्यापैकी ७९% बर्फ स्वरूपात ग्लेशियरमध्ये आहे तर २०% जमिनीतील ओलाव्यामध्ये आहे. ८% पाण्यातील बाष्पाच्या स्वरूपात आहे, तर १% प्राणी व वनस्पतीमध्ये आहे. १% नदीमध्ये आहे आणि ५२% तलाव व सरोवरात आहे. यानुसार फक्त ०.००७% पिण्यायोग्य पाणी उपलब्ध आहे. सद्च्य परिस्थितीत जगातील २५% लोकांना शुध्द पाणी नाही, जगातील ४०% लोकांना तर मुबलक पाणीच नाही. जगातील १६% लोक भारतात राहतात व त्यांच्यासाठी पृथ्वीवरील शुध्द पाण्यापैकी फक्त ४% पाणी भारतात आहे. याचा विचार केला तर फारच कमी शुध्द पाणी मानवासाठी उपलब्ध आहे. यामुळे पाणी हे अमूल्य समजून त्याचे जतन प्रत्येकाने केलेच पाहिजे.

सध्या आपल्या पाणी वापरायच्या ज्या सवयी आहेत त्याप्रमाणे आपण वागत राहिलो तर भविष्यात कठीण परिस्थिती उदभवू शकेल. असेच चालत राहिले तर २०२५पर्यंत

प्रा. प्रवीण खांडवे व प्रा. आशीष उगले यांनी अमेरीकन बनावटीची २१ गीयर असलेले सायकल.

तीन पैकी दोन लोकांना पाणी मिळणार नाही. २०५०पर्यंत ६०% लोकांना पाणी नसेलच. सध्या अनेक ग्रामीण भागात सरासरी दररोज २.५ किमी पायी चालावे लागते. ही परिस्थिती बदलायची असल्यास प्रत्येक व्यक्तीने आपल्या घरापासून सुरवात करून मागील लेखात सांगितल्याप्रमाणे संपूर्ण जल संवर्धन करणे जरुरी आहे. घरातील गळके नळ दुरुस्त करणे, टूथ ब्रशने तोंड धुताना नळ बंद ठेवणे, दाढी करताना मग्यात पाणी घेणे, अंघोळीसाठी शॉवर न वापरणे, टबमध्ये पाणी घेऊन भांडे धुणे, पूर्ण क्षमतेने वाशिंग मशीन वापरणे, टॉयलेटमध्ये बकेटने पाणी टाकणे, बादलीत पाणी घेऊन कार धुणे, आर.ओ. फिल्टरमधून वाया गेलेले पाणी उपयोगात आणणे, सुरू बंद तोटी (बिब टॅप) ऐवजी फिरकीची तोटी (व्हील टॅप)

वापरणे, शिळे पाणी म्हणून पाणी फेकून न देणे. पावसाळ्यात पावसाचे पाणी वापरणे, पिण्याचे पाणी लहान पेल्यात घेणे, पाईपने आंगणात पाणी न टाकणे, नळाच्या तोटीला आधुनिक स्प्रे नोझल लावून नळ वापरणे इत्यादी उपाय प्रत्येकाने करणे जरुरी असते. तरी याबाबत व्यापक जनजागृती होणे खूपच आवश्यक आहे.

जल संवर्धनाचे महत्त्व घरोघरी प्रत्येक भावी युवा पिढीस पटवून द्यावे लागेल. असे करण्यासाठी प्रत्येक शाळा व महाविद्यालयामध्ये १५ कलमी संपूर्ण जल संवर्धन कार्यक्रमाची प्रभावी अंमलबजावणी करणे जरुरी आहे. अमरावती महानगरपालिका सभागृहात शहरातील सर्व शाळा व महाविद्यालयाच्या मुख्याध्यापकांची बैठक झाली. या बैठकीत प्रत्येक शाळा व महाविद्यालयामध्ये १५ कलमी संपूर्ण जल संवर्धन धोरण कसे असावे ते येथे देत आहे. १) रेन वॉटर हार्वेस्टिंगबाबत प्रसार कार्यशाळा आयोजन करणे २) शिक्षक व विद्यार्थी सर्वांनी महाराष्ट्र जीवन प्राधिकरण विभागाने दिलेली जल प्रतिज्ञा म्हणून घेणे,सही करुन घेणे ३) संस्थेतील उपलब्ध पाणी स्रोतांचे संरक्षण, देखभाल व संवर्धन करण्यासाठी जल व्यवस्थापन समिती नेमणे ४) संस्थेतील सर्व गळके नळ ताबडतोब दुरूस्त करणे जेणेकरून शुध्द पाणी वाचविता येईल ५) महाविद्यालयात विहीर किंवा बोअरवेल असल्यास रेन वॉटर हार्वेस्टिंग करणे ६) रेन वॉटर हार्वेस्टिंग व जल व्यवस्थापन कामे करण्यासाठी अर्थसंकल्पात तरतूद करणे ७) वॉटरकूलर व आर.ओ. फिल्टर मधील सांडपाण्याचा पुनर्वापर करण्याबाबत कार्यवाही करणे ८) पावसाळ्यात लॉफ्ट टँकमध्ये पाणी गोळा करून ते वापरणे १०) सर्व नळ तोट्या-व्हिल टॉप प्रकारच्या बसविणे ११) हात धुण्यासाठीच्या तोट्यांना आधुनिक स्प्रे नोझल लावणे १२) संस्था परिसरातील झाडांना पाईपने पाणी टाकण्याऐवजी तुषार सिंचन व ठिबक सिंचन व्यवस्था करणे १३) राष्ट्रीय सेवा योजने अंतर्गत जल संवर्धन प्रकल्प हाती घेणे १४) उन्नत भारत अभियान योजने अंतर्गत दत्तक खेड्यांमध्ये जल व्यवस्थापन समितीमार्फत जल समृध्दीसाठी विविध प्रकल्प कार्यान्वित करणे व १५) संस्थामध्ये दरवर्षी जल दिन साजरा करणे. या दिवशी जल संवर्धनासाठी पथनाट्य, जल दिंडी, पत्रक वाटणे, विविध ठिकाणी प्रेझेन्टेशनव्दारे जनजागृती करणे, जल व्यवस्थापन कसे करावे याबाबत मार्गदर्शन शिबीर, शोष खड्डे बनविणे, रेन वॉटर हार्वेस्टिंग करणे इ. कार्यक्रम यानिमित्त आयोजित करणे.

अश्या प्रकारे प्रत्येक शाळा व महाविद्यालयात संपूर्ण जल संवर्धन कार्यक्रमाची प्रभावी अंमलबजावणी केल्यास भारतातील भावी पिढी जल समृध्द असेल यात शंका राहणार नाही. यासाठी प्रत्येक शिक्षकाने पुढाकार घेऊन वरील माहितीच्या आधारे प्रत्यक्ष काम हाती घेणे जरुरी आहे.

पाणी मुरविणे व रेन वॉटर हार्वेस्टिंगमधील फरक

मागील काही लेखात आपण वेगवेगळ्या पध्दतीने जलसंवर्धन कसे करावे याबाबत पाहिले. परंतु मी जेव्हा वेगवेगळ्या ठिकाणी रेन वॉटर हार्वेस्टिंगबाबत तांत्रिक मार्गदर्शन करण्यासाठी जात आहे तेथे प्रत्येक ठिकाणी लोकांमध्ये अनेक गैरसमज आहेत. काही लोकांना रेन वॉटर हार्वेस्टिंगसाठी जमिनीत खड्डा करून त्यात दगड गोटे टाकून पावसाचे पाणी सोडले. परंतु असे खड्डे तांत्रिकदृष्ट्या चुकीचे आहेत. कारण पाऊस आल्यावर हे खड्डे दहा मिनिटांत पाण्याने भरून जातात व ओव्हरफ्लो होतात. आता जमिनीतील भूगर्भातील पाण्याची पातळी इतकी खाली गेली आहे की ती पातळी जमिनीत पाणी मुरवून वाढविणे शक्य आहे. यासाठी तंत्रशुध्द पध्दतीने रेन वॉटर हार्वेस्टिंग करणे जरुरी आहे. याकरिता प्रथम ज्यांनी असे खड्डे केले आहेत त्यांनी शोष खड्डयाव्दारे पाणी मुरविणे व रेन वॉटर हार्वेस्टिंग करणे यातील फरक जाणून घेणे जरुरी आहे. त्याकरिता येथे दोन्ही मधला सविस्तर फरक देत आहे.

शोष खड्डयाव्दारे पाणी मुरविणे

वापरलेले, गढूळ झालेले सांडपाणी जमिनीवर किंवा नालीत सोडल्याने घाण पसरू नये व मच्छर होऊ नये याकरिता ते पाणी जमिनीत खड्डा करून त्यात सोडणे याला पाणी मुरविणे असे म्हणतात. फक्त सांडपाणी मुरविण्यासाठी शोषखड्डा(सोक पिट) वापरतात. ही पध्दत

प्रा. प्रवीण खांडवे यांची महिंद्रा ई टू ओ प्लस इलेक्ट्रिक कार– सीटीकार म्हणून उत्कृष्ट पर्याय.

विहिरीकरिता जास्त उपयुक्त आहे. सांडपाणी, वाया गेलेले पाणी, वापरून उरलेले, गढूळ पाणी शोष खड्ड्यात मुरविले जाते. शोष खड्ड्याव्दारे पाणी आसपासच्या जमिनीत मुरविले जाते. शोष खड्ड्यात सोडलेले गढूळ पाणी आजूबाजूच्या जमिनीत शोषले जाते. मुरविलेले पाणी जास्तीत जास्त ३० फूट खोल जाऊ शकते. शोष खड्ड्याची पाणी शोषून घेण्याची क्षमता काही दिवसांनी कमी होते. शोष खड्ड्याद्वारे पाणी मुरवून फार थोड्या प्रमाणात पाण्याचे संवर्धन होते. पाणी मुरविणे यासाठी प्रत्येकाच्या घरी विहीर किंवा बोअरवेल असणे आवश्यक नाही. शोष खड्डा बनविण्यासाठी किमान २०००/- ते ४०००/- रु. खर्च येतो. शोष खड्ड्याच्या दुरुस्ती व देखभालीसाठी फार खर्च येत नाही. शोष खड्ड्याद्वारे पाणी मुरविल्याने भूजलाची पातळी थोडीफार वाढते. स्वच्छता राखण्यसाठी शोषखड्ड्याद्वारे पाणी मुरविणे चांगले. शोष खड्ड्याद्वारे पाणी मुरविण्यासाठी जास्त तांत्रिक माहितीची आवश्यकता नाही. शोष खड्ड्याचा वापर ग्रामीण भागात जास्त उपयोगी ठरत आहे.

पाणी पेरणे/जल पुनर्भरण / रेन वॉटर हार्वेस्टिंग

छतावरील पावसाचे पाणी अशुध्द होण्याअगोदर पाईपव्दारे गोळा करून फिल्टर टँकमधून गाळून निघालेले पाणी बोअरवेल किंवा विहिरीमध्ये सोडणे म्हणजे रेन वॉटर हार्वेस्टिंग

होय. यालाच जल पुनर्भरण असे सुध्दा म्हणतात. रेन वॉटर हार्वेस्टिंग म्हणजे पर्जन्यासुगी होय. पाणी जलस्रोतांमध्ये सोडणे म्हणजे जल पुनर्भरण होय. यालाच पाऊस पेरणे असे म्हणतात. पावसाच्या पाण्याच्या पुनर्भरणासाठी गाळण खड्डा (फिल्टर टँक) किंवा रेडीमेड फिल्टर वापरतात. भूजल पातळी वाढविण्यासाठी ही पध्दत बोअरवेलकरिता जास्त उपयुक्त आहे. जेव्हा पावसाचे शुध्द पाणी जमिनीतील झऱ्यामध्ये पेरले जाते त्यालाच पर्जन्यसुगी/ जलपुनर्भरण किंवा रेन वॉटर हार्वेस्टिंग असे म्हणतात. जलपुनर्भरण फिल्टरव्दारे पाणी सरळ भूगर्भात सोडता येते. जलपुनर्भरण फिल्टरव्दारे सोडलेले पाणी भूगर्भातील सच्छिद्र खडकात साठविले जाते. रेन वॉटर हार्वेस्टिंग करून पाणी बोअरवेलव्दारे ३०० ते ४०० फूट खोल सोडता येते. जलपुनर्भरण फिल्टरव्दारे रेन वॉटर हार्वेस्टिंगची क्षमता काही दिवसांनी कमी होत नाही. जल पुनर्भरण/रेन वॉटर हार्वेस्टिंग करून खूप मोठ्या प्रमाणात पाण्याचे संवर्धन करता येते. जलपुनर्भरण / रेन वॉटर हार्वेस्टिंगसाठी विहीर किंवा बोअरवेल असणे आवश्यक आहे.

जलपुनर्भरण फिल्टरसाठी किमान ४०००/- ते ८०००/- रु. खर्च येतो. जलपुनर्भरण फिल्टरटँकमधील रेतीचा थर बदलण्यासाठी दोन -तीन वर्षाला ५००/- खर्च येऊ शकतो. परंतु रेडीमेड फिल्टर वापरल्यास देखभालीचा खर्च लागत नाही. जलपुनर्भरण/रेन वॉटर हार्वेस्टिंग करून पाणी भूगर्भात सोडल्याने भूजलाची पातळी खूप वाढते. भूगर्भातील पाण्याची पातळी वाढविण्यासाठी जलपुनर्भरण/रेन वॉटर हार्वेस्टिंग खूपखूप प्रभावी आहे. जलपुनर्भरण/ रेन वॉटर हार्वेस्टिंगसाठी फिल्टर टँकव्दारे पाणी भूगर्भात सोडण्यासाठी थोडी तांत्रिक माहिती असणे जरुरी आहे. शहरी भागात रुफ टॉप रेन वॉटर हार्वेस्टिंग/छतावरील पाण्याचे जलपुनर्भरण जास्त उपयोगी आहे. रेन वॉटर हार्वेस्टिंगसाठी रेडीमेड फिल्टर उपलब्ध असल्याने आता त्यासाठी जमिनीत खड्डा करण्याची जरूरत नाही. तर त्याऐवजी रेडीमेड फिल्टर वापरून गाळलेले पाणी सरळ विहिरीत किंवा बोअरवेलमध्ये सोडता येते. त्यामुळे पुढील लेखात आपण सांडपाणी मुरविण्यासाठी तंत्रशुध्द पध्दतीने शोष खड्डा कसा बनवावा हेसुध्दा बघणार आहोत.

✳✳✳

सांडपाणी मुरविण्यासाठी मॅजिक पिट बनवा

पहिल्या लेखात आपण आधुनिक पध्दतीने रेन वॉटर हार्वेस्टिंग कसे करावे हे पाहिले होते. परंतु मी बरेच ठिकाणी भेट देण्यासाठी जातो तेव्हा असे आढळून आले आहे की, अनेक लोकांनी रेन वॉटर हार्वेस्टिंगसाठी जमिनीत खड्डा करून त्यात पावसाचे पाणी सोडले व पावसाळ्यानंतर खड्डयाचा वापर काय करावा या विचाराने घरातील सांडपाणीसुध्दा त्याच खड्ड्यात सोडले. यामुळे अनेक ठिकाणी असे खड्डे खराब झालेत. म्हणून आज आपण सांडपाण्यासाठी तंत्रशुध्द पध्दतीने मॅजिक पिट कसा बनवावा हे माहीत करून घेणार आहोत. त्या अगोदर काही महत्त्वाची माहिती आपण समजून घेऊ या. लक्षात ठेवा की, तुम्ही शोषखड्डा बनवत असाल तर तो फक्त थोडे पाणी जिरविण्यासाठी असतो. म्हणून मॅजिक पिट हा रेन वॉटर हार्वेस्टिंगसाठी नाही हे लक्षात ठेवावे. असा मॅजिक पिट घरच्या प्लिंथपासून कमीत कमी दहा फूट अंतरावर बनवावा.

प्लिंथपासून जवळ बनविल्यास सतत मुरणाऱ्या पाण्यामुळे प्लिंथला धोका संभावितो. कॉलम खाली दबणे, फ्लोरिंग दबणे इ. अडचणी संभवितात. खरे तर संडास बाथरुममधील व इतर वापरलेले सांडपाणी, गढूळ पाणी उघड्यावर सोडण्यापेक्षा शोषखड्ड्यात मुरविले जाते. म्हणून थोड्या प्रमाणातील वाया गेलेले पाणी किंवा वापरलेले सांडलेले पाणी मुरविण्यासाठी शोष खड्डा वापरावा. असे शोष खड्ड्यात मुरविलेले पाणी जमिनीतून काही प्रमाणात शुध्द होऊन फक्त विहिरीतील पाण्याची पातळी नगण्य किंवा फारच थोडी वाढते. याचे कारण म्हणजे जमिनीत पाणी मुरण्यास व ते खोलवर जाण्यास बराच कालावधी लागतो. पाणी

मुरण्याची गती मातीच्या प्रकारावर, गुणधर्मांवर व वेगवेगळ्या थरांच्या जाडीवर अवलंबून असते. त्यामुळे मुबलक असे पाणी शोष खड्ड्यातून मुरून तीस ते चाळीस फूट खोल विहिरीत जाण्यास खूप वेळ लागतो. असे पाणी विहिरीत आल्यामुळे विहिरीतील पाण्याची गुणवत्ता कमी होते. म्हणून सांडपाणी मुरविण्यासाठी मॅजिक पिटची रचना जाणून घ्या.

घरासाठी ५ फूट बाय ५ फूट व खोली ५ फूट अथवा अपार्टमेंटसाठी १० फूट बाय १० फूट व खोली १० फूट वर्तुळाकार खड्डा घेऊन त्यात एका फुटापर्यंत मोठे दगडगोटे टाकावेत. लक्षात ठेवा की यात विटांचे तुकडे टाकू नका. कारण काही दिवसांनी या विटांमध्ये पाणी मुरून त्या घट्टमातीमध्ये रुपांतरीत होतात. आता दीड ते तीन फूट व्यासाची सिमेंटची टाकी अथवा प्लास्टिकची एक टाकी घ्या. ही प्लास्टिक टाकी खालून व वरून बंद असावी. आता या टाक्याला वरच्या झाकणाच्या चार इंच खाली उभ्या बाजूच्या भागाला एक इंच व्यासाची पाच ते सहा छिद्रे पाडा. असा ड्रम खड्ड्याच्या मध्यभागी ठेवा. आता या ड्रमच्या बाजूने मोठे दगडगोटे, खडी, वाळूचा थर दिला जातो. सांडपाण्याचा पाईप जोडण्यासाठी टाकीच्या झाकणाला तीन इंच व्यासाचे छिद्र करा. आता घरातील सर्व सांडपाणी एकाच पाईपने आणून झाकण्याच्या छिद्रातून बेंड लावून टाकीत सोडून झाकण बंद करा. त्यावर प्लास्टिकचे पोते अंथरून वरून दगड व मातीचा थर दिला जातो. आता हे मॅजिक पिट म्हणजे जादुई शोष खड्डा तयार झाला. त्यामुळे तिथे मॅजिक पिट आहे. हे कोणालाही सांगितल्याशिवाय समजणार नाही. जेव्हा सांडपाणी या टाकीत जाईल, तेव्हा सांडपाण्यातील घन पदार्थ तळाशी बसतात व तरंगणारे पाणी टाकीच्या वरच्या बाजूला छिद्र असल्याने त्याव्दारे बाहेर येईल व आजूबाजूच्या दगडातून जमिनीत मुरते. गाळ टाकीच्याखाली जाऊन बसतो. अशी टाकी तीन चार वर्षांनी साफ केली म्हणजे झाले. अत्यंत कमी खर्चात खूप मोठा परिणाम मॅजिक पिटमुळे साधला जात आहे. जमिनीचा ओलावा वाढल्याने हिरवळ वाढते. जमिनीची धूप थांबते. या मॅजिक पिटचा खर्च सर्वसाधारण नागरिकांना करण्यासारखा आहे. आज पाण्याचा प्रत्येक थेंब अडवणे आणि तो मुरवणे ही प्रत्येक नागरिकाची जबाबदारी आहे. ग्रामीण, शहरी भागात प्रत्येकाने हा मॅजिक पिट तयार करून वाहून जाणारे सांडपाणी जमिनीत मुरवून आपले गाव, शहर गटारमुक्त केले पाहिजे.

प्रगत देशात सांडपाणी व मलपाणी यासाठी वेगळ्या वाहिन्या असतात. त्यामुळे सांडपाण्यावर प्रक्रिया करून त्याचा पुनर्वापर सुलभ होतो. भारतातील एकाही शहराचा त्यात समावेश नाही. तिथले रहिवासी पिण्याच्या पाण्यासाठी व सांडपाण्यावर प्रक्रियेसाठी असे दोन मीटर लावून शुल्क भरतात. आपल्या देशात अशा सुव्यवस्थापनाचा मागमूससुध्दा नाही. आपण किमान वाहून जाणारे सांडपाणी जमिनीत मुरवू या. यासाठी कोणत्याही सरकारी योजनेची वाट न पाहता हा खर्च आपण आपल्यासाठी करू शकतो. या भावनेने प्रत्येक नागरिकाने केले पाहिजे. हा मॅजिक पिट संपूर्ण देशात कार्यान्वित झाला पाहिजे. म्हणून ह्या मॅजिक पिटबद्दल माहिती जास्तीत

''संपूर्ण जल संवर्धन''
शाळा व महाविद्यालयाकरिता १५ कलमी कार्यक्रम

आयोजक : अमरावती पानी फाउंडेशन, अमरावती महानगरपालिका, अमरावती
संकल्पना : प्रा. प्रवीण खांडवे,

   विभाग प्रमुख, स्थापत्य अभियांत्रिकी विभाग, डीन इन्फ्रास्ट्रक्चर
   प्रा. राम मेथे अभियांत्रिकी व व्यवस्थापन महाविद्यालय, बडनेरा, अमरावती

- रेन वॉटर हार्वेस्टिंग बाबत 'प्रसार' कार्यशाळा आयोजन
- शिक्षक व विद्यार्थी सर्वांनी 'जल प्रतिज्ञा' घेणे.
- संस्थेत 'जल व्यवस्थापन' समिती नेमणे.
- संस्थेतील सर्व गळके नळ ताबडतोब दूरुस्त करणे.
- विहीर किंवा बोअर वेल असल्यास रेन वॉटर हार्वेस्टिंग करणे.
- 'रेन वॉटर हार्वेस्टिंग व जल व्यवस्थापन'साठी अर्थसंकल्प तरतूद करणे.
- वॉटर कुलर व आर. ओ. फिल्टर मधील सांडपाण्याचे पुनर्वापर करणे बाबत कार्यवाही करणे.
- पावसाळ्यात लॉफ्ट टँकमध्ये पाणी गोळा करून ते वापरणे.
- ग्राउंडमध्ये खोलगट भागात खुली जागा असल्यास तेथे शेततळे व जल शोष विहीर बनविणे.
- सर्व नळ तोट्या व्हील टॅप प्रकारच्या बसविणे.
- हात धुण्यासाठीच्या तोट्यांना आधुनिक स्प्रे नोझल लावणे.
- पाईपने पाणी टाकण्याऐवजी तुषार सिंचन व ठिबक सिंचन व्यवस्था करणे.
- रा से यो अंतर्गत जल संवर्धन प्रकल्प हाती घेणे.
- उन्नत भारत अभियान योजने अंतर्गत दत्तक खेड्यांमध्ये जल व्यवस्थापन समिती मार्फत 'जल समृद्धी'साठी विविध प्रकल्प कार्यान्वित करणे.
- संस्थेमध्ये 'जल दिन' दरवर्षी साजरा करणे.

जास्त लोकांपर्यंत पोचवण्यसाठी पुढाकार घ्या. प्रत्येकाने जलसाक्षर झालेच पाहिजे. पाण्याचा अपव्यय टाळा. पाणी जपून वापरा. जलसाक्षर व्हा! जलसंधर्वन करा!

✳✳✳

जमिनीखालील जल स्रोतांचा अंदाज

सध्याच्या काळात पाण्याची किती भयंकर समस्या निर्माण होत चाललेली आहे ह्याचा अंदाज आपणा सर्वांनाच आहे. जेव्हा पालिकेचे पाणी येते, तेव्हा साहजिकच अगोदर बरेचसे साठवलेले पाणी शिल्लक असते. मग ताजे पाणी आले म्हणून हे शिल्लक राहिलेले पाणी ओतून टाकण्यात येते. प्रत्येक घरातले थोडे थोडे मिळून हजारो लिटर पाणी वाया जाते. केवळ ताजे पाणी या एका खुळचट समजूतीने. वस्तुत: ज्या ठिकाणी धरणातून पाणीपुरवठा होतो, तो मागच्या वर्षी जो पाऊस पडलेला असतोत्या पावसाच्या साठवलेल्या पाण्यातून होतो. म्हणजे, जे पाणी आपण ताजे म्हणून कौतुकाने पितो, ते साधारणत: आठ नऊ महिने आधीचे असते. केवळ आपल्या घरी त्या दिवशी ते येत असते. आपण शहरातील सोसायटीच्या लोकांनी खालील गोष्टींचे पालन केले, तर ताजे पाणी ह्या चुकीच्या समजुतीमुळे होणारी पाण्याची ही नासाडी सहज टाळू शकतो.

जरुरीपुरतेच पाणी साठवून ठेवावे म्हणजे अतिरिक्त, न वापरलेले पाणी ओतून टाकण्याचा प्रश्नच येणार नाही. ताजे पाणी आणि शिळे पाणी ह्या कल्पनांना तिलांजली द्यावी. वरील मुद्दे चटकन अंगवळणी पडत नसतील तर तोवर हे राहिलेले पाणी ओतून न देता, इतर घरगुती गरजांसाठी वापरावे. असे असले तरी जिथे नदी अथवा विहिरीचे पाणी वापरले जाते, तिथे ताजे पाणी ही संकल्पना योग्य ठरते कारण भूमिगत जलस्रोतांमुळे सतत ताजे पाणी येत असते. परंतु मागील दहा वर्षात भूमिगत जलस्रोतांचे पाणी खूप खाली गेले आहे व काही शहरात संपले आहे. अजूनही काही खेड्यांत उन्हाळ्यात विहिरी आटलेल्या असतात, हातपंप

पाणी देत नाही, बोअरवेल पाणी फेकत नाही त्यामुळे दरवर्षी भारतातील अनेक खेड्यांमध्ये पाण्याची समस्या असते.

पावसाचा थेंब कसा साठवता येईल, भूजल पातळीत कशी वाढ करता येईल या विषयाकडे आता गंभीरपणे पाहण्याची वेळ आली आहे. पाण्याच्या परिस्थितीवर मार्ग काढत असताना अनेक जण बोअर किंवा विहिरीचा पर्याय अवलंबतात. पण ह्यातील प्रत्येक बोअर किंवा विहिरीचा प्रयोग भूगर्भातील जलसाठ्याचा अचूक अंदाज न आल्यामुळे यशस्वी होत नाही. भूगर्भातील जलसाठ्याचा अचूक अंदाज कसा घ्यायचा आणि विहिरीचे खोदकाम करताना खडक लागल्यास तो खडक सुरंग न लावता कसा फोडायचा ह्याविषयी वराहमिहीर ऋषींनी आपल्या बृहत्संहिता लिखित ग्रंथातील उदकार्गल अध्यायात सविस्तर वर्णन केलेलं आहे.

वराहमिहीर ऋषींचा भूगर्भातील जल संशोधन सिध्दांत एवढा जबरदस्त आहे की, १९८१मध्ये उन्हाळ्यात आंध्र प्रदेशामधील चित्तूर जिल्ह्यात दुष्काळ पडला त्यावेळी ह्याचा प्रत्यक्षात अनुभव आला. हाच सिध्दांत वापरून तिरुपतीच्या श्री वेंकटेश्वर विद्यापीठाने इस्रो आणि विद्यापीठ अनुदान मंडळ यांच्या मदतीने एक जलसंशोधन प्रकल्प हाती घेतला होता. त्याअंतर्गत एकूण १५० विहिरी खोदल्या व प्रत्येक विहिरीला पाणी लागले. वराहमिहीर ऋषी बृहत्संहिता मधील उदकार्गल अध्यायात जल संशोधन सिध्दांताबद्दल लिहताना म्हणतात की, 'ज्या प्रमाणे मानवी शरीरात असंख्य नाड्या असतात त्याचप्रमाणे भूगर्भमध्येसुद्धा अनेक प्रकारच्या कमी जास्त उंचीवर असंख्य नाड्या असतात. आकाशातून पडणारं पावसाचं पाणी हे एकाच चवीचं असतं. परंतु जमिनीच्या गुणधर्मानुसार ते वेगवेगळ्या चवीचे होते. त्याची परीक्षा जमिनीच्या प्रकारानुसार करणे गरजेचे असते अर्थात ज्या प्रमाणे जमीन त्याप्रमाणे पाणी.'

या क्रमानुसार आठ दिशांचे अधिपती आहेत. पूर्व-इंद्र; पश्चिम-वरुण; दक्षिण-यम; उत्तर-सोम; आग्नेय-अग्नी; नैऋत्य-निर्मदती; वायव्य-वायू आणि ईशान्य-शिव ह्या आठ दिशांच्या अधिपतींच्या नावाने आठ जलशिरा भूगर्भात असतात आणि मध्यभागी एक जलशिरा असते तिला महाशिर म्हटले जाते. तसेच ह्या शिरांपासून अनेक शेकडो जलशिरा निघतात ज्या आपापल्या नावाने प्रख्यात आहेत. खालून वरच्या दिशेने वाहणारी जलशिरा ही सगळ्यात उत्कृष्ट असते. तसेच पूर्व, पश्चिम, दक्षिण आणि उत्तर दिशेला वाहणाऱ्या भूगर्भातील जलशिरा शुभ असतात. भूगर्भात पाणी कुठेकुठे सापडू शकते याचा विचार या जलशिरांवरून वराहमिहिर ऋषींनी केला आहे. तिरुपती बालाजीचे मंदिर ज्या स्थानावर बांधले आहे त्याच्या भूपृष्ठाखाली खालून वरच्या दिशेला वाहणारी जलशिरा आहे. ज्या विहिरीला तळातून वर येणारे झरे आहेत, ती विहीर नेहमी जलाने समृध्द व परिपूर्ण भरलेली असते. ती कधीही आटत नाही. भूगर्भातील जलशिरा ओळखण्याचे ज्ञान यावरून आपल्याला मिळते. निर्जल आणि कोरड्या भागात वेताचे झाड किंवा बेट असेल तर त्या झाडापासून उत्तर

"संपूर्ण जल संस्कार"

घरगुती पाणी बचतीचे १५ प्रभावी उपाय

आयोजक - अमरावती पाणी फाउंडेशन, अमरावती महानगरपालिका, अमरावती

संकल्पना - प्रा. प्रवीण खांडवे

विभाग प्रमुख, स्थापत्य अभियांत्रिकी विभाग, डीन –इन्फ्रास्ट्रक्चर

प्रा. राम मेघे कालेज ऑफ इंजिनीरिंग अंड मॅनेजमेंट, बडनेरा - अमरावती

- १] गळके नळ दुरुस्त करा.
- २] टूथ ब्रशने तोंड धुताना नळ बंद ठेवा.
- ३] दाढी करताना मग्ग्यात पाणी घ्या.
- ४] अंघोळीसाठी शॉवर वापरू नका.
- ५] नळाखाली भांडे धुवू नका.
- ६] पूर्ण क्षमतेने वाशिंग मशीन वापरा.
- ७] टायलेट मध्ये बकेटने पाणी टाका.
- ८] बादलीत पाणी घेवून कार धुवा.
- ९] आर.ओ. फिल्टर मधून वाया गेलेले पाणी उपयोगात आणा.
- १०] सुरुबंद तोटी (बिब टॅप) ऐवजी फिरकीची तोटी (व्हील टॅप) लावा.
- ११] शिळे पाणी म्हणून कालचे पाणी फेकू नका.
- १२] पावसाळ्यात पावसाचे पाणी टाकीत जमा करून वापरा.
- १३] घरी आलेल्या पाहुण्यांना पिण्याचे पाणी लहान पेल्यात द्या.
- १४] नळ आल्यावर पाईपने आंगणात पाणी टाकू नका.
- १५] नळाच्या तोटीला आधुनिक स्प्रे नोझल लावून नळ वापरा.

दिशेला तीन हात दूर आणि ९ फूट खोल पाणी असते. तिथून पश्चिम जलशिरा वाहत असते. खोदत असताना साधारण सात-आठ हातांवर पांढरा बेडूक, पिवळी माती व कठीण दगडाचा पातळ थर लागतो, त्याखाली पाणी असते. निर्जल भागात जांभळाचं झाड असेल तर त्या झाडापासून उत्तर दिशेला तीन हाताच्या दुरीवर पूर्व दिशेला तोंड असणारी जलशिरा असते. खोदताना लोखंडासारखा वास येणारी माती, त्याखाली पांढऱ्याशा रंगाची निस्तेज माती व बेडूक सापडतो. त्या जांभळाच्या झाडाच्या पूर्व दिशेला एखादे मोठे वारूळ असते, तर झाडापासून तीन हात लांबीवर दक्षिण दिशेला १२ फूट खोल गोड पाणी असतं. खोदताना ३ फूट खोल गेल्यावर कबुतराच्या रंगाचा दगड किंवा निळसर रंगाची माती निदर्शनास आली तर त्याच जागी ३० फूट खोल जलशिरा असते. खोदतांना ६ फूट खोल गेल्यावर काजळासारख्या रंगाचा काळा खडक निदर्शनास आला तर त्याखाली खूप मोठी पाण्याची जलशिरा असते.

औदुंबराच्या झाडापासून तीन हात दूरवर पश्चिम दिशेला १५ फूट खोल जलशिरा असते. खोदताना ६ फूट खोल गेल्यावर काजळासारख्या रंगाचा काळा खडक निदर्शनास आला तर त्याखाली खूप मोठी पाण्याची जलशिरा असते. अर्जुनाच्या झाडापासून तीन हात दूरवर उत्तर दिशेला वारूळ असेल तर झाडापासून तीन हात दुरीवर पश्चिम दिशेला १८ फूट खोदल्यावर फिक्कट रंगाची माती, त्यांनतर काळी माती, पिवळट रंगाचीरीती मिश्रित पांढरट रंगाची माती निदर्शनास येते त्याखाली जलशिरा असे. निर्गुंडीच्या झाडापासून तीन हात दुरीवर दक्षिण दिशेला १३ ते १४ फूट खोदल्यावर कधीही न आटणारा पाण्याचा झरा सापडतो. बोरीच्या झाडाच्या पूर्व दिशेला वारूळ असेल तर झाडापासून तीन हात लांबीवर पश्चिम दिशेला १८ फूट खोल पाणी लागते. बेल आणि औदुंबराचं झाड जिथे एकत्र असेल तिथून तीन हात लांबीवर दक्षिण दिशेला १८ फूट खोल पाणी लागतं आणि खोदताना ३ फूट खोल गेल्यावर काव्व्या रंगाचा बेडूकसुध्दा सापडतो. बेहड्याच्या झाडाजवळ पश्चिम दिशेला वारूळ असेल तर झाडापासून एक हात लांबीवर उत्तर दिशेला २६ ते २७ फूट खोदल्यावर पाणी लागत. ज्या झाडाच्या फांद्या जमिनीकडे झुकलेल्या असतात किंवा जमिनीकडे झुकलेल्या झाडांच्या फांद्यांची पान पिवळी पडलेली असतात त्या फांद्यांच्या बरोबर खाली १८ फूट खोदल्यावर पाणी लागतं. ज्या झाडांच्या फुलांना आणि फळांना रोग लागत असेल त्या झाडापासून तीन हात लांबीवर पूर्व दिशेला २५ फूट खोदल्यावर पाणी लागतं.

ह्यावरुन एक गोष्ट लक्षात येते ती म्हणजे पूर्वीच्या काळी आपल्या ऋषीमुनींचा भूगर्भातील जलसंशोधनाचा दृष्टीकोनसुध्दा किती महान होता. आज जर हे जलसंशोधन सिद्धांत गरजू लोकांपर्यंत पोहचले आणि त्यांनी उपयोगात आणले तर भविष्यात निर्माण होणारी पाण्याची समस्या आणि त्यावर होणारा अफाट खर्च नक्कीच वाचू शकतो. सगळ्यात महत्त्वाची गोष्ट म्हणजे विहीर खोदताना खडक लागल्यावर सध्या ते सुरुंग लावून फोडले जातात. पण ह्यामुळे होणारे दुष्परिणाम किती भयंकर असू शकतात ह्याचा विचार सध्याचा काळात केला जात नाही. ज्याप्रमाणे जलशिरा सांगितलेल्या आहेत त्यावरून एक अंदाज येऊ शकतो. सुरुंगामुळे निर्माण होणाऱ्या हादऱ्याने जलशिरांची किती प्रमाणात दिशा बदलत असेल. त्यापेक्षा सुरुंग न लावता ह्यामध्ये सांगितलेल्या उपायोजना करून नक्कीच फायदा होऊ शकतो. तसेच विहीर किंवा बोअर मारताना प्रत्येक वेळी त्या भागात अनुभवी जलसंशोधन करणारी व्यक्ती उपलब्ध असू शकत नसेल तर ह्या सिद्धांताचा उपयोग करून योग्य ठिकाणी जलशिरा पकडून विहीर किंवा बोअर केल्यास त्याचा भविष्यात नक्कीच उपयोग होऊ शकेल.

✳✳✳

जलव्यवस्थांचा शोध व संरक्षण!

२०११ पासून मी पर्यावरण संरक्षण करण्यासाठी काम करण्याचे ठरविले. तेव्हापासून जमेल तसे जमेल तेवढे काम सतत करायचे ठरविले. त्यासाठी 'आधी केले मग सांगितले' या उक्तीप्रमाणे मी स्वत:करिता सायकल विकत घेतली. कार्बन उत्सर्जन थांबविण्यासाठी घरी पाच वर्षांपूर्वी तीन किलोवॅट क्षमतेचे सोलर पॅनेल लावले. तीन वर्षांपासून मी महिंद्रा ई टू ओ प्लस ही इलेक्ट्रिक कार वापरत आहे. त्यामुळे पेट्रोल वाचविले, प्रदूषण टाळले व इंधनासाठी पैशांची बचत झाली. माझ्याजवळ सध्या हिरो इन वाय एक्स ही १५ पैसे प्रती किलोमीटर सरासरी देणारी लिथियम बॅटरीवाली दुचाकी आहे. मागील वर्षी मी जवळपास दोनशे घरी रेन वॉटर हार्वेस्टिंग करविले. त्यामुळे यावर्षी त्या सर्वांना उन्हाळ्यात पाणी समस्या भेडसाविली नाही. आता जेव्हा कोरोनामुळे लॉकडाऊन झाले तेव्हा निसर्गाची ताकद सर्वांना कळाली.

मानवाने हस्तक्षेप केला नाही तर निसर्ग स्वत:ला सुंदर, स्वच्छ व स्वनियंत्रितपणे समतोल राखत सर्वांचे संरक्षण करू शकतो आणि विनाशसुद्धा करू शकतो याबाबत अनेक विचार ऐकण्यास व वाचण्यास भेटले. जेव्हा दोन महिने सर्वांना घरात बसून राहावे लागले तेव्हा कळले की निसर्ग सर्वशक्तिमान आहे व मानवाला आपले भविष्य सुरक्षित करावयाचे असेल तर निसर्ग जपत प्रगती साधावी लागणार आहे. निसर्गाला ओरबाडून जर आपण तथाकथित विकास सुरू ठेवला तर मानवाला धडा शिकविण्याची प्रचंड ताकद निसर्गाजवळ आहे ही बाब अनेक लोकांना पटायला लागली आहे. म्हणून मी ठरविले की आता आपण

प्रा. प्रवीण खांडवे यांची हिरो एन वाय एक्स दुचाकी : फक्त १५ पैसे किलोमीटर खर्च.

निसर्ग पर्यावरण संरक्षणाचे काम अधिक जोमाने करायचे. त्यामुळे मी २०१२मध्ये संकल्पित केलेल्या एकात्मिक पर्यावरण मित्र संस्था तर्फे काम वाढविण्याचे ठरविले आहे. त्यामुळे अमरावती विभागातील चारही जिल्ह्यातील जल व्यवस्थांचा शोध व संरक्षण करण्यासाठी आपल्या परीने प्रयत्न करण्याचा मी संकल्प केलेला आहे. त्यासाठी यापुस्तकाद्वारे आपल्या सर्वांना विनंती करण्यात येते की सध्या संस्थेची वेबसाईट सुरू असून (http://epms. org.in) ती सक्रिय करून जल संवर्धनाचे काम करायचा मानस आहे. यासाठी सर्वांची मदत लागणार आहे. यासाठी आपल्या सर्वांना आवाहन करण्यात येते की सर्वांनी जल व्यवस्थांचा शोध व संरक्षण या कार्यात आपआपल्या परीने सहभाग नोंदवावा.

आपल्या आसपास पाण्याचे वैशिष्ट्यपूर्ण स्रोत (विहीर, बारव, आड, हौद, कुंड, तलाव, पुष्करणी, टाके, बांध, पाणपोई) असतील, ते तुम्हाला आगळे-वेगळे, वैशिष्ट्यपूर्ण वाटत असतील तर त्यांचे फोटो काढा, जमल्यास अध्र्या-एक मिनिटाचा व्हिडिओ काढा, थोडक्यात माहिती घ्या. त्याचबरोबर अशा जलस्रोतांचे जुने फोटो, चित्रं, नकाशे असतील तर तेदेखील ई-मेलवर/ व्हॉट्सऍपवर पाठवा. त्यांच्याबाबतच्या रंजक कथा, किस्सेसुध्दा कळवा. वैशिष्ट्यपूर्ण व्यवस्थांची माहिती आपल्या नावासह भारतीय पर्यावरण मित्र संघटनेच्या वेबसाईटवर पोस्ट केली जाईल. आपली माहिती पुढील प्रकारात पाठवावी —

जलव्यवस्थेचे नाव, नेमके ठिकाण(गाव, तालुका, जिल्हा, शक्य तिथे जीपीएस लोकेशन), त्या जलव्यवस्थेची थोडक्यात माहिती, त्याची आपल्याला वाटणारी वैशिष्ट्ये, त्याबाबत असलेल्या कथा, आठवणी, इ.जलव्यवस्थेचे आपण काढलेले फोटो, त्याची जुनी छयाचित्रे किंवा नकाशे, आपले संपूर्ण नाव, संपर्क क्रमांक (संदर्भासाठी).फोटो तुम्ही काढलेलेच पाठवा, इंटरनेटवरचे नको. माहिती इंग्रजी, हिंदी किंवा इतर कोणत्याही भाषेतील चालेल.

या उपक्रमाचे विशेष आकर्षण असे राहील की, या उपक्रमाला चांगला प्रतिसाद मिळाल्यास दर आठवड्यातील सर्वोत्तम माहिती पाठवणाऱ्या व्यक्तीला पर्यावरण विषयावरील पुस्तके भेट म्हणून दिली जातील व प्रमाणपत्रसुध्दा दिले जाईल. जलव्यवस्थांची उत्तम माहिती जमा झाल्यास त्याचे संकलन करून लोकांची माहिती पुस्तिकाही तयार करण्याचा पर्याय उपलब्ध असेल. या उपक्रमात समन्वयाचे काम करण्यास कोणी स्वेच्छेने तयार असल्यास जरूर कळवा.

जमेल तेवढी माहिती ८२७५८२०७०९ या व्हॉट्सअप क्रमांकावर पाठवा किंवा भारतीय पर्यावरण मित्र संघटना या (pvkhandve@gmail.com or epms2020@gmail.com) इमेलवर शेअर करा. सर्व जण अनोख्या परंपरागत जलव्यवस्थांची नोंद करू, या व्यवस्थाची माहिती आमच्या वेबसाईटवर प्रकाशित करू व इतरांपर्यंत पोहोचवू. इतरांच्या जलव्यवस्था पाहून सद्यस्थिती जाणून घेऊ, शक्य झालंच तर काहींच्या संवर्धनाची पावलं उचलू. हे तर अभ्यासकाचं काम, मग आपण का करतोय? हा प्रश्न मनात येईल. तज्ज्ञांनी अभ्यास करावाच. आपण लोकज्ञान एकत्र करू.

❊❊❊

अटल भूजल योजना : जल समृध्दीची हमी

अटल भुजल योजना (ABHY) ही समाजाच्या सहभागासह भूजलाच्या शाश्वत व्यवस्थापनासाठी केंद्र सरकारने ६,००० कोटी रुपयांची योजना आणली आहे. यामध्ये 'वॉटर यूजर असोसिएशन' स्थापन करणे, पाण्याचे अंदाजपत्रक तयार करणे, ग्रामपंचायतनिहाय पाणी सुरक्षा आराखडे तयार करणे आणि प्रत्यक्षात आणणे इत्यादीद्वारे लोकसहभागाची कल्पना आहे. हा कार्यक्रम जलशक्ती मंत्रालय (पूर्वी हे मंत्रालय जल संसाधने, नदी विकास आणि गंगा पुनरुत्थान म्हणून ओळखले जात असे) राबवत आहे. आणि त्याला भारत सरकार आणि जागतिक बँक ५०:५०च्या प्रमाणात वित्तपुरवठा करत आहे.

योजनेची सुरवात २५ डिसेंबर २०१९ रोजी करण्यात आली असून २०२०-२१ ते २०२४-२५ असे पाच वर्ष हा या योजनेचा अंमलबजावणीचा कालावधी ठरविण्यात आला आहे. यामध्ये संस्थात्मक बळकटीकरण आणि क्षमता निर्माण या घटकासाठी रु. १,४०० कोटी तर राज्यांना प्रोत्साहन देण्यासाठी प्रोत्साहन घटक म्हणून रु. ४,६०० कोटी इतकी वित्तीय तरतूद करण्यात आली आहे. योजनेच्या अंमलबजावणीसाठी ओळखले गेलेले अतिशोषित आणि पाण्याचा ताण असलेले क्षेत्र गुजरात, हरियाणा, कर्नाटक, मध्य प्रदेश, महाराष्ट्र, राजस्थान आणि उत्तर प्रदेश आहेत. या राज्यांची निवड भूजल शोषण आणि न्हास, कायदेशीर आणि नियामक साधने, संस्थात्मक इच्छा आणि भूजल व्यवस्थापनाशी संबंधित उपक्रम राबविण्याचा अनुभव याच्या आधारे

निवडण्यात आली आहे.

केंद्रीय जल आयोगाने (CWC) "वॉटर अँड रिलेटेड स्टॅटिस्टिक्स २०१९" नावाने प्रकाशित केलेल्या अहवालानुसार, २०१७मध्ये, भारतातील वार्षिक अक्षय भूजल संसाधने ४३२ अब्ज घनमीटर (BCM) होती. सद्यस्थितीत ४३२ BCM नूतनीकरणयोग्य भूजलापैकी, ३९३ BCM हे वार्षिक 'विथड्रॉवेबल' भूजल उपलब्ध आहे. देशाच्या भूजल क्षमतेपैकी सुमारे ९०% क्षमता पंधरा राज्यांमध्ये आहे. सध्याचा आपला वार्षिक भूजल उपसा २४९ BCM आहे, ज्याचा मोठ्या प्रमाणात सिंचनासाठी वापर केला जातो. हेच कारण आहे कि भात आणि ऊस यांसारख्या पाणी-केंद्रित पिकांऐवजी दुसरे पर्याय निवडण्यासाठी केंद्र सरकारने राज्यांना आवाहन केले आहे. सद्यस्थितीत २०१७च्या पूर्व पावसाळ्यात, २००९-१८च्या दहा वर्षांच्या सरासरीच्या तुलनेत, केंद्रीय भूजल मंडळ (CGWB) द्वारे व्यवस्थापित केलेल्या ६१% विहिरींमधील भूजल पातळीत खूप घट झाली आहे. ज्या राज्यांमध्ये किमान १०० विहिरींचे निरीक्षण करण्यात आले, त्यानुसार कर्नाटकातील ८०%, महाराष्ट्र मधील ७५%, उत्तर प्रदेशातील ७३%, आंध्र प्रदेशातील ७३% आणि पंजाब मधील ६९% विहिरी मध्ये भूजल पातळी खूप खाली गेल्याचे दिसून आले.

यामुळे देशाच्या प्रमुख भागात भूजल स्रोतांतील पाण्याच्या कमतरतेची दखल घेऊन जलशक्ती मंत्रालयाने अटल भूजल योजना तयार केली आहे. प्राथमिकतेने जन समुदायाच्या सहभागाने देशातील क्षेत्रात भूजल व्यवस्थापन सुधारण्याचे या योजनेचे उद्दिष्ट आहे. या योजने अंतर्गत प्राधान्य दिले गेलेले क्षेत्र गुजरात, हरियाणा, कर्नाटक, मध्य प्रदेश, महाराष्ट्र, राजस्थान आणि उत्तर प्रदेश या राज्यांमध्ये येतात. ही राज्ये भूगर्भातील पाण्याच्या संदर्भात अतिशोषित, गंभीर आणि अर्ध गंभीर क्षेत्रांच्या एकूण संख्येच्या सुमारे २५% प्रतिनिधित्व करतात. त्यामध्ये दोन मुख्य प्रकारच्या भूजल प्रणालींचा समावेश आहे. जलोभीय आणि हार्ड रॉक एक्फर्स. वेगवेगळ्या प्रमाणात भूजल व्यवस्थापनातील अनुभव असलेल्या संस्थांच्या मदतीने तयारी करणे या योजनेत सामाविष्ट आहे. भूगर्भातील पाणी कारभारासाठी जबाबदार असलेल्या संस्थांचे बळकटीकरण, तसेच पाण्याचे संवर्धन आणि कार्यक्षम वापरास चालना देणाऱ्या वर्तनात्मक बदलांकरिता पाण्याचे भूजल व्यवस्थापन सुधारण्यासाठी समुदायाच्या सहभागास प्रोत्साहित करण्यासाठी या योजनेंतर्गत निधी राज्यांना पुरविला जाईल.

ही योजना राज्यांमध्ये सुरू असलेल्या सरकारी योजनांच्या एकत्रित सुलभतेस प्राधान्यप्राप्त भागात लक्ष केंद्रित अंमलबजावणीस प्रोत्साहन देईल. या योजनेच्या अंमलबजावणीमुळे या राज्यांतील ७८ जिल्ह्यांमधील जवळपास ८३५० ग्रामपंचायतींना

पाणी मुरविणे Water Percolation	पाणी पेरणे Water Harvesting जल पुनर्भरण
१	पाणी मुरविणे साठी शोष खड्डा (सोक पिट) वापरतात	पाणी पुनर्भरणसाठी गाळण खड्डा (फिल्टर टँक) वापरतात
२	हि पद्धत विहिरी करिता जास्त उपयुक्त आहे.	हि पद्धत बोअरवेल करिता जास्त उपयुक्त आहे.
३	सांड पाणी, वाया गेलेले पाणी, वापरून उरलेले, गढूळ पाणी मुरविले जाते.	पावसाचे शुद्ध पाणी पेरले जाते यालाच पर्जन्यासुगी / जलपुनर्भरण किंवा रेन वॉटर हार्वेस्टिंग असे म्हणतात
४	शोष खड्ड्या व्दारे पाणी आसपासच्या जमिनीत मुरविलेले जाते	जलपुनर्भरण फिल्टर टँक व्दारे पाणी सरळ भूगर्भात सोडता येते
५	शोष खड्ड्यात सोडलेले गढूळ पाणी आजूबाजूच्या जमिनीत शोषले जाते.	जलपुनर्भरण फिल्टर टँक व्दारे सोडलेले पाणी भूगर्भातील सच्छिद्र खडकात साठविले जाते.
६	मुरविलेले पाणी जास्तीत जास्त ३० फुट खोल जाऊ शकते.	रेन वाटर हार्वेस्टिंग करून पाणी बोअरवेल व्दारे ३०० ते ४०० फुट खोल सोडता येते.
७	शोष खड्ड्याची पाणी शोषून घेण्याची क्षमता काही दिवसांनी कमी होते.	जलपुनर्भरण फिल्टर टँक व्दारे रेन वाटर हार्वेस्टिंगची क्षमता काही दिवसांनी कमी होत नाही.
८	शोष खड्ड्या व्दारे पाणी मुरवून फार थोड्या प्रमाणात पाण्याचे संवर्धन होते.	जलपुनर्भरण / रेन वाटर हार्वेस्टिंग करून खूप मोठा प्रमाणात पाण्याचे संवर्धन करते येते.
९	पाणी मुरविणे यासाठी प्रत्येकाचे घरी विहीर किंवा बोअरवेल असणे आवश्यक नाही	जलपुनर्भरण / रेन वाटर हार्वेस्टिंग साठी विहीर किंवा बोअरवेल असणे आवश्यक आहे.
१०	शोष खड्ड्या बनविण्यासाठी किमान २०००/- ते ३०००/- रु. खर्च येतो	जलपुनर्भरण फिल्टर टँक बनविण्यासाठी किमान ४०००/- ते ५०००/- रु. खर्च येतो
११	शोष खड्ड्याचे दुरुस्ती व देखभालसाठी खर्च येत नाही.	जलपुनर्भरण फिल्टरटँकमधील रेतीचा थर बदलण्या साठी दोन-तीन वर्षाला ५००/- खर्च येऊ शकतो.
१२	शोष खड्ड्या व्दारे मुरविलेले पाणी विहिरीत आल्याने बरेचदा पाण्याची गुणवत्ता कमी होते.	जलपुनर्भरण / रेन वाटर हार्वेस्टिंग करून पाणी भूगर्भात सोडल्याने भूजलाची गुणवत्ता सुधारते
१३	शोष खड्ड्या व्दारे पाणी मुरविल्याने भूजलाची पातळी थोडीफार वाढते	जलपुनर्भरण / रेन वाटर हार्वेस्टिंग करून पाणी भूगर्भात सोडल्याने भूजलाची पातळी खूप वाढते.
१४	स्वच्छता राखण्यासाठी शोष खड्ड्या व्दारे पाणी मुरविणे चांगले.	भूगर्भातील पाण्याची पातळी वाढविणे साठी जलपुनर्भरण/रेन वाटर हार्वेस्टिंग खूपखूप प्रभावी आहे
१५	शोष खड्ड्या व्दारे पाणी मुरविण्यासाठी जास्त तांत्रिक माहितीची आवश्यकता नाही.	जलपुनर्भरण / रेन वाटर हार्वेस्टिंग साठी फिल्टर टँक द्वारे पाणी भूगर्भात सोडण्यासाठी थोडी तांत्रिक माहिती असणे जरुरी आहे.
१६	ग्रामीण भागात जास्त उपयोगी आणल्या जात आहे	शहरी भागात रुफ टॉप रेन वाटर हार्वेस्टिंग / छतावरील पाण्याचे जलपुनर्भरण जास्त उपयोगी आहे.

प्रा. प्रवीण खांडवे, भारतीय पर्यावरण मित्र संघटना, रवी नगर, अमरावती

लाभ मिळण्याची शक्यता आहे. या योजनेंतर्गत निधी सहभागी राज्यांना अनुदान म्हणून उपलब्ध करुन देण्यात येईल.

भूजल व्यवस्थापानत सक्रिय समुदायाचा सहभाग सुनिश्चित करणे ही या योजनेतील प्रमुख उद्दिष्टे आहेत. या योजनेत जल उपक्रम संघटनांची स्थापना, भूजलविषयक आकडेवारीचे निरीक्षण व प्रसार, पाण्याचे अंदाजपत्रक, ग्राममपंचायतनिहाय जलसुरक्षा योजनांची तयारी व अंमलबजावणी आणि भूजल व्यवस्थापनाशी संबंधित आयईसी उपक्रम यासारख्या विविध उपक्रमांमध्ये समुदायाच्या सक्रिय सहभागाची संकल्पना आहे. सार्वजनिक असाहाय्याची कार्यक्षमता सुधारण्यासाठी आणि सहभागी सरकारी नोंदीमधील भूगर्भातील विविध सरकारी कार्यक्रमांची अंमलबजावणी सरेखित करण्यासाठी तव्लागाळातील भूजल नियोजन प्रक्रियेस सुलभतेसह समूहाचा सहभाग देखील अपेक्षित आहे. या योजनेच्या अंमलबजावणीत भूगर्भातील जल क्षमता अधिक चांगल्याप्रकारे समजून घेणे, भूजल की होण्याशी संबंधित विषयांवर लक्ष केंद्रित करण्यासाठी समाकलित आणि एकात्मिक समुदाय आधारित दृष्टीकोन, चालू असलेल्या आणि नवीन योजनांच्या एकत्रिकरणाव्दारे शाश्वत भूजल व्यवस्थापन, अशा अनेक सकारात्मक निष्कर्षांची अपेक्षा आहे. लक्ष्यित भागात सिंचन आणि भूजल स्रोतांच्या वाढीसाठी भूगर्भातील पाण्याचा वापर कमी करण्यासाठी कार्यक्षम पाण्याचा उपयोग पद्धतींचा अवलंब करणे या योजनेचा भाग असेल.

✱✱✱

रेन वॉटर हार्वेस्टिंग साठी हे करा

- पाऊस पडण्यापूर्वी छप्पर / छत, टेरेस स्वच्छ ठेवावे.
- पावसाचे पाणी गाळण्यासाठी योग्य गाळण्याची पद्धत अवलंबावी लागेल.
- रेन वॉटर फिल्टर्सची नियमित देखभाल / स्वच्छता करावी लागते.
- सर्व प्लंबिंगची कामे योग्य रीतीने योग्य सामग्री वापरून करावी लागतात.
- सर्व पाईप्स आणि गटर्ससाठी योग्य क्लॅम्प्स जास्तीत जास्त एक मीटर अंतराने निश्चित केले पाहिजेत.
- गाळलेले पावसाचे पाणी साठवण्यापूर्वी साठवण यंत्रे जसे की डबके / टाक्या / वाहिनी स्वच्छ करणे आवश्यक आहे.
- पावसाचे पाणी साठविण्याच्या साधनांमध्ये योग्य मॅनहोल कव्हर असणे आवश्यक आहे, ज्यामुळे टाकीमध्ये सूर्यप्रकाश येऊ नये.
- दगडी टाकी / संपचे पृष्ठभाग (आत आणि बाहेर) दरवर्षी चुन्याने / पांढऱ्या ऑईल पेंटने रंगवा.
- घरातील सर्व ठिकाणी वापरासाठी सोयीस्कर दर्जेदार, लीक प्रूफ नळांचा वापर करा.
- साठवलेल्या पावसाचे पाणी पिण्यासाठी वापरायाचे असल्यास दरवर्षी तपासणी लॅबकडून साठवलेल्या पावसाच्या पाण्याची गुणवत्ता तपासा.
- पावसाच्या पाण्याचा पहिला प्रवाह ज्यामध्ये छतावरील दूषित घटक असतात ते बाहेर पडू दिले पाहिजे (फर्स्ट फ्लश असे म्हणतात).

- सँड बेड फिल्टर योग्यरित्या स्वच्छ करणे दरवर्षी गरजेचे आहे. दरवर्षी फिल्टर टाकीतील वाळू आणि गिट्टी बदलणे आवश्यक आहे. पावसाळ्याच्या चार महिन्यात फिल्टरची वाळू, गिट्टी आणि प्लास्टिकची जाळी दर महिन्याला धुवावी लागते, उन्हात वाळवावी लागते आणि पुन्हा भरावी लागते.

- पावसाचे पाणी शुद्ध आहे आणि ते पिण्यासाठी, स्वयंपाक करण्यासाठी आणि इतर सर्व कारणांसाठी वापरले जाऊ शकते, कारण ते फ्लोराईड, आर्सेनिक, बॅक्टेरिया इ.पासून मुक्त आहे, तथापि, छतावरील / मोकळ्या जागेवर दूषित पदार्थ जमा होऊ नये याची पूर्ण काळजी घ्यावी.

- जेथे शक्य असेल तेथे छतावरील पावसाच्या पाण्यासाठी किंवा टाक्या / संपमधून पावसाचे पाणी ओव्हरफ्लो करण्यासाठी भूजल पुनर्भरण पद्धती अवलंबावी लागेल.

- भूजल पुनर्भरणासाठी वापरण्यापूर्वी खुल्या विहिरी निर्जंतुक करून स्वच्छ कराव्या.

रेन वॉटर हार्वेस्टिंग साठी हे करू नका

- छतावरील पावसाचे पाणी किंवा पृष्ठभागावरून वाहून जाणारे पाणी गाळल्याशिवाय आणि योग्य निर्जंतुकीकरणाशिवाय थेट सेवन करू नये.

- पावसाचे पाणी साठवण्यासाठी वापरल्या जाणाऱ्या टाक्या/संप्समध्ये सूर्यप्रकाश पडू शकेल असे कोणतेही झाकण उघडे नसावे. संप/टँकमध्ये सूर्यप्रकाशाचा प्रवेश जीवाणू आणि अल्गलीच्या वाढीस प्रोत्साहन देतो.

- यासाठी टाक्या/बादल्यांमधून मॅनहोल्समधून पाणी गोळा करणे टाळावे लागेल आणि नळ/पंप/हँडपंप वापरावे लागतील.

- छतावरील किंवा मोकळ्या जागेतील पावसाचे पाणी थेट बोअरवेल केसिंग पाईपमध्ये जाऊ देऊ नये. भूजल पुनर्भरणासाठी शक्यतो फिल्टर टँक किंवा आधुनिक फिल्टर पद्धतीचा अवलंब करणे आवश्यक आहे.

- छतावरील पाईपच्या तोंडावर जाळी जरूर लावा जेणे करून पाइपमध्ये कोणताही कचरा जाऊन पाईप लाईन खराब होणार नाही.

- घरामधील कोणत्याही प्रकारचे सांडपाणी रेन वॉटर हार्वेस्टिंगच्या सिस्टममध्ये चुकूनही टाकू नये, सोडू नये, जोडू नये.

❋❋❋

जलप्रतिज्ञा कार्यक्रम दरवर्षी राबवा

दरवर्षी दिनांक १६मार्च ते २२मार्च या कालावधीमध्ये महाराष्ट्र शासनातर्फे जलजागृती सप्ताह साजरा करण्यात येतो. सर्व वाचकांना विनंती करण्यात येते की आपण आपल्या कॉलनीमध्ये किंवा कामाच्या व नोकरीच्या ठिकाणी किंवा शाळा महाविद्यालयात या जलजागृती सप्ताहादरम्यान सर्वांना ही जल प्रतिज्ञा म्हणून घेण्याच्या कार्यक्रमात सहभागी करावे व अशा पद्धतीने जलजागृती सहभाग नोंदवावा.

महाराष्ट्र शासनाची जलप्रतिज्ञा

मी प्रतिज्ञा करतो की पाणी हे जीवन असून त्याचा वापर मी गरजेपुरता व काटकसरीने करेन. मी पाण्याचा अपव्यय व गैरवापर करणार नाही. नैसर्गिक प्रवाह, जलाशय, कालवे व पाणीपुरवठ्यांच्या पायाभूत सुविधांचे मी रक्षण करेन. पाण्याविषयीचे कायदे व नियमांचे काटेकोरपणे पालन करीन. पाण्याचे संवर्धन व जतन करण्याचा मी प्रयत्न करेन. पाण्याची स्वच्छता व पावित्र्य जपणे ही माझी सामाजिक बांधिलकी मानून त्याचे सदैव पालन करीन. जय हिंद! जय महाराष्ट्र!

FAQs

१. रेन वॉटर हार्वेस्टिंग (आर.डब्ल्यू.एच.) म्हणजे काय ?

रेन वॉटर हार्वेस्टिंग (आर.डब्ल्यू.एच.) बहुविध वापरांसाठी पावसाचे पाणी गोळा करणे, साठविणे आणि वितरणाचे तंत्र आहे. एकत्रित पाणी थेट वापरासाठी साठवले जाऊ शकते किंवा विहीर किंवा बोअरवेलमध्ये भूजल पुनर्भरण साठी वळवले जाऊ शकते. सोप्या भाषेत, जेव्हा पाऊस पडतो तेव्हा त्याचा नंतर वापर करता येतो. पावसाळ्यात घरांच्या छतावरील पाणी मोठ्या टाक्यांमध्ये साठवून ते इतर कामासाठी वापरता येते. किंवा विहीर अथवा बोअरवेल चे जलपुनर्भरण करण्यासाठी वापरता येते. शहरीकरणामुळे खुल्या जागेचे तसेच मोकळ्या जागेत घट झाली आहे. यामुळे जमिनीत पाणी मुरण्यास वाव नसल्याने विहीर किंवा बोअरवेल करिता जलपुनर्भरण करण्यासाठी रेन वॉटर हार्वेस्टिंग करतात. ग्रामीण भागात जमिनीत पाणी मुरण्याचे प्रमाण चांगले असते. त्यामुळे पावसाचे पाणी नद्या, बांध टाक्या, तलाव, इत्यादी, ठिकाणी सोडले जाते. शहरातील घरांची संख्या खूप असल्याने घरांच्या छतावरील पडणारे पाणी रेन वॉटर हार्वेस्टिंग करून भूगर्भातील पाण्याची पातळी वाढण्यासाठी जल पुनर्भरण करणे खूप प्रभावी ठरते.

२. रेन वॉटर हार्वेस्टिंग कोण करु शकेल ?

रेन वॉटर हार्वेस्टिंग कोणालाही करता येते. यामुळे केवळ आपल्याला पाणी तर मिळेलच परंतु पाण्याच्या कमतरतेच्या वेळीच पाणी परत मिळू शकेल. यामुळे भूजल पुनर्भरण करून भूजलाची पातळी वाढविता येते. शहरी भागात रेन वॉटर हार्वेस्टिंग करण्यासाठी विहीर किंवा बोअरवेल असणे जरूरीचे आहे.

३. मी रेन वॉटर का कार्यान्वित करावे ?

पावसाचे पाणी हे आपण वापरत असलेल्या सर्व ताजे पाण्यांचा अंतिम स्रोत आहे. भारतात पावसाच्या पाण्याची कमतरता कमी तीव्रतेच्या पावसाळ्याच्या काळात उद्भवते. तसेच अचानक जास्त तीव्रतेचा पाऊस पडल्याने पावसाचे पाणी वाहून

जाण्याचे प्रमाण वाढते. यामुळे भूजलाचा पुनर्भरण करण्यासाठी फारच कमी वाव असतो. यामुळे देशातील बहुतेक भागात पाणी कमी होते. रेन वॉटर हार्वेस्टिंगमुळे या अनियमित पावसाच्या पाण्याला राखता येईल. संवर्धन करता येईल व सोयीनुसार वापरता येईल. थेटपणे किंवा भूजलाचे पुनर्भरण करण्यासाठी ते वापरता येईल.

४. रेन वॉटर हार्वेस्टिंग कोठे लागू होऊ शकते ?

रेन वॉटर हार्वेस्टिंग घरे, अपार्टमेंटस् सोसायट्या, शाळा, संस्था, व्यापारी जागा आणि इतर कोणत्याही जागेत केले जाऊ शकते. जोपर्यंत छप्पर किंवा खुल्या जागेत पावसाचे पाणी पकडण्याकरिता क्षेत्र आहे तेथे रेन वॉटर हार्वेस्टिंग होऊ शकते. देशांतर्गत पावसाच्या पाण्याची साठवण करणे हे फारच सोपी गोष्ट आहे. जेथे छतावरील रेन वॉटर हार्वेस्टिंग साठी एक पाण्याची टाकी ठेवू शकतो. घरगुती पाण्याची उपलब्धता वाढवण्याची ही सोपी आणि पर्यावरणपूरक पध्दत यशस्वीपणे अंमलात आणता येते. शेतकऱ्यांनी रेन वॉटर हार्वेस्टिंग अंमलबजावणीही केली पाहिजे. ज्यामुळे एक नापीक जमिनीचा तुकडा निरंतर शाश्वत, हिरव्या शेतीमध्ये बदल होऊ शकतो.

५. रेन वॉटर हार्वेस्टिंग केवळ नवीन इमारतींसाठी शक्य आहे का ?

पावसाचे पाणी साठवण्याकरिता जागेचे क्षेत्रफळ, त्या क्षेत्रातील पावसाचे प्रमाण आणि वापरलेल्या ड्रेनेज/ संकलन प्रणालीवर अवलंबून आहे. पावसाच्या पाण्याची साठवण करण्याची क्षमता समजून घेण्यासाठी, समजा एका घराचे १०० चौ.मी. टेरेस क्षेत्राचे उदाहरण घेऊ. अमरावतीतील सरासरी वार्षिक पाऊस ७०० मि.मी. आहे. आणि ७०% कार्यक्षमता गृहीत धरून, आपण या पध्दतीने जमा होणारे पाणी मोजू शकता. जमा होणारे पाणी = १०० X०.६X०.७ = ४२,००० लिटर ही संख्या ५ सदस्यांच्या कुटुंबाच्या वार्षिक पिण्याच्या पाण्याच्या गरजेपेक्षा दुप्पट आहे, ज्याची सरासरी दररोज पिण्याच्या पाण्याची आवश्यकता १० लिटर प्रती व्यक्ती प्रती दिवस आहे.

६. रेन वॉटर हार्वेस्टिंग आणि संवर्धन तंत्राचे मूलभूत तीन घटक कोणते आहेत ?

✦ इमारतींचे छत किंवा खुल्या जागेचे पाणलोट क्षेत्र.
✦ पाणी साठवण सोय जसे बॅरेल, टाकी किंवा जमिनीखाली टाके, विहीर, बोअरवेल.
✦ जलवाहतुक यंत्रणा जी जमिनीवरील किंवा छतावरील पडणारे पाणी वाहून साठवण सोयीपर्यंत नेतील

७. घरासाठी करावयाच्या रेन वॉटर हार्वेस्टिंग सिस्टीमचे वास्तविक घटक कोणकोणते आहेत ?

✦ टेरस वरील पावसाचे पाणी बाहेर टाकण्यासाठी असलेल्या आउटलेट पाईपच्या

तोंडावर बसविण्यासाठी प्लास्टिक किंवा धातूची जाळी

✦ टेरेसवरील आउटलेट मधून निघणारे पावसाचे पाणी खाली आणण्यासाठी भिंतीवर बसविलेले उभे प्लास्टिकचे पाईप.

✦ पहिले येणारे गढूळ पाणी बाहेर टाकण्यासाठी फर्स्ट फ्लश व्हाल्व.

✦ फिल्टर टँकमध्ये पाणी वळविण्यासाठी टी पाईप.

✦ फिल्टर टँक

✦ फिल्टर टँकच्या खालून, विहीर किंवा बोअरवेलमध्ये पाणी सोडण्यासाठी आऊटलेट पाईप

✦ आऊटलेट पाईपच्या आतील तोंडावर लावण्यासाठी बेंड पाईप आणि जाळीचे कापड.

✦ फिल्टर टँकमध्ये योग्य फिल्टर व्यवस्था जसे छिद्र असलेले प्लास्टिकचे टोपले. त्यात टाकण्यासाठी स्पंज, गिट्टी, इ.

✦ फिल्टर टँक स्वच्छ करण्यासाठी टाकी रिकामी करण्यासाठी आउटलेट व्हाल्व.

✦ फिल्टर टँक ऐवजी आता तयार फिल्टर बाजारात आले आहेत ते बसवीणे जास्त योग्य आहे.

८. रेन वॉटर हार्वेस्टिंग करिता खर्च किती येतो ?

टेरेसच्या जागेच्या क्षेत्रफळानुसार आणि अंतिम रुपाने वाहून नेणारे पाईप यांची संरचना यानुसार खर्च बदलू शकेल. मोठ्या भूखंडांमध्ये रेन वॉटर हार्वेस्टिंग खूप कमी खर्चात स्थापित केले जाऊ शकते. जेथे सार्वजनिक इमारती, शाळा आणि महाविद्यालये आहेत, आणि इमारत बांधणीसह एकाग्र असल्यास ही किंमत एकूण बांधकाम खर्चासाठी नगण्य आहे. एखाद्या विद्यमान इमारतीत नियोजित केल्यास, अतिरिक्त प्लंबिंगचा खर्च झाल्यामुळे किंमत अधिक आहे, परंतु परतावा आवर्ती लाभांच्या स्वरुपात खूप फायदेकारक आहे. अतिरिक्त पाईपचा खर्च सोडला तर फिल्टर बसविण्यासाठी चार ते पाच हजार रुपये लागतात. मोठ्या इमारतीसाठी आठ ते दहा हजार रुपये खर्च साधारणपणे येतो.

९. रेन वॉटर हार्वेस्टिंगसाठी कोणत्या प्रकारच्या फिल्टरची आवश्यकता आहे ?

रेन वॉटर हार्वेस्टिंगमध्ये विविध प्रकारचे फिल्टर वापरले जातात. उदा. बाजारात दोन तीन प्रकारचे तयार प्लॉस्टिकचे फिल्टर मिळतात. इंडिया मार्ट या वेबसाईटवर तुम्हाला हे फिल्टर विकणाऱ्या कंपनीचे पत्ते मिळतील. जमिनीत खड्डा करूनदेखील फिल्टर टँक बनविता येतो.

१०. पावसाचे पाणी शौचालय फ्लशिंगसाठी वापरायचे असल्यास काय करणे गरजेचे आहे ?

पावसाचे पाणी केवळ शौंचालयांना फ्लश करण्यासाठी वापरले तर तिथे कोणत्याही

फिल्टरची आवश्यकता नाही. परंतु घराचे छप्पर सर्वसामान्यपणे स्वच्छ ठेवणे आवश्यक आहे. आवश्यक असल्यास, छपरातून निघणाऱ्या पाईपच्या तोंडावर जाळी लावावी.

११. रेन वॉटर हार्वेस्टिंगव्दारे साठवणुकीचे पाणी वापरण्यासाठी, स्वयंपाक आणि पिण्यासाठी वापरले जाऊ शकते ?

छतावरील पावसाचे पाणी शुध्द आहे. परंतु ते साठवण टाकीकडे जाण्यासाठी विविध ठिकाणी असलेल्या पृष्ठभागाच्या संपर्कात येते. तेव्हा टेरेसवरील काही धूळ, काही कचरा आणि पाने यामुळे पाणी गढूळ होते. हे गढूळ पाणी सोडले तर रेन वॉटर हार्वेस्टिंग व्दारे गोळा केलेले पाणी इतर वापराकरिता घेता येते. स्वयंपाक किंवा पिण्यासाठी ते वापरायचे असेल तर उपभोगाच्या वापरासाठी ते अधिक सुरक्षित करण्यासाठी संकलित केलेल्या पावसाच्या पाण्यापासून अशा निलंबित प्रदूषकांना काढून टाकण्यासाठी विविध फिल्टरचा उपयोग केला जाऊ शकतो.

१२. रेन वॉटर हार्वेस्टिंग विविध प्रकार कोणते आहेत ?

- ✦ पुनर्भरण साठी रेन वॉटर हार्वेस्टिंग
- ✦ शहरी भागासाठी रेन वॉटर हार्वेस्टिंग
- ✦ ग्रामीण भागासाठी रेन वॉटर हार्वेस्टिंग
- ✦ पृष्ठीय जलप्रवाह साठी रेन वॉटर हार्वेस्टिंग

१३. एका चांगल्या रुफ टॉप रेन वॉटर हार्वेस्टिंग प्रणालीची कोणती वैशिष्ट्ये आहेत ?

रुफ टॉप रेन वॉटर हार्वेस्टिंग प्रणालीची महत्त्वाची वैशिष्ट्ये खालीलप्रमाणे आहेत.

- ✦ छतावरील पावसाचे पाणी गोळा करण्यासाठी तोंडावर जाळी असलेले पाईपची रचना असणे.
- ✦ पावसाचे संपूर्ण पाणी हार्वेस्ट करण्याची क्षमता असणे.
- ✦ जास्त पाऊस पडल्यास ओव्हरफ्लोची व्यवस्था असणे.
- ✦ देखरेख सहज सोपी व कमी खर्चाची असणे.
- ✦ छताचे क्षेत्रफळानुसार गोळा होणाऱ्या पाण्याच्या आकारमानानुसार योग्य व्यासाचे पाईप असणे.
- ✦ पाण्याच्या आकारमानानुसार योग्य क्षमतेचा फिल्टर टँक असणे.
- ✦ पाणी साठवण्यासाठी व्यवस्था असणे. किंवा पाणी हार्वेस्ट करण्यासाठी विहीर किंवा बोअरवेल असणे.

१४. विद्यमान रचना रुफ टॉप रेन वॉटर हार्वेस्टिंग साठी वापरली जाऊ शकते का ?

होय. नवीन साठव टँक बांधण्यापेक्षा बंद पडलेली बोअर वेल किंवा वापरात नसलेली विहीर पाणी हार्वेस्टिंग करण्यासाठी वापरली जाऊ शकते यामुळे खर्च कमी होतो.

१५. भूजल पुनर्भरण किंवा कृत्रिम जल भरण म्हणजे काय ?

जमिनीखालील भूजल पातळी वाढविण्यासाठी पावसाचे पाणी गोळा करून ते विहीर किंवा बोअरवेलच्या माध्यमातून भूगर्भातील जल साठ्यापर्यंत पोहोचविणे अर्थात जमिनीखालील पाणी साठविण्याची क्षमता असलेल्या सच्छिद्र खडकापर्यंत पावसाचे पाणी पोहोचविणे म्हणजे कृत्रिम जल भरण किंवा भूजल पुनर्भरण होय.

१६. विविध प्रकारच्या जलपुनर्भरण संरचना कोणत्या आहेत ?

पावसाचे पाणी जमिनीवर भरून येणे यासाठी रिचार्ज स्ट्रक्चर्स (पुनर्भरण संरचना) बांधण्यात येतात. पुनर्भरण विविध मार्गांनी केले जाऊ शकते, जसे पुनर्भरण विहीर, पुनर्भरण हॅन्डपंप, पुनर्भरण खड्डा, पुनर्भरण खंदक, गुरुत्वीय दाब पुनर्भरण ट्युबवेल, पुनर्भनरन खोल खड्डा (शाफ्ट)

१७. रेन वॉटर हार्वेस्टिंगचे कोणते फायदे आहेत ?

रेन वॉटर हार्वेस्टिंगचे खालील फायदे आहेत - खुल्या सार्वजनिक जागेमध्ये योग्य रीचार्ज केलेल्या संरचनांचे बांधकाम केल्यास रस्त्यांवरील पाणी जमा न होऊ देता ते पाणी पुनर्भनरणासाठी वापरून रस्त्यावरील पूर कमी करता येतो. भूजलाची पातळी वाढविणे. भूजलाची गुणवत्ता सुधारते, अधिक जल उपलब्धी राहते, साठवण टाक्यांमध्ये गोळा केलेले पावसाचे पाणी जेव्हा आवश्यक असेल तेव्हा उपलब्ध असते. विशेषतः शहरी भागातील मातीची धूप रोखून धरणे इ. अनेक फायदे आहे.

१८. रेन वॉटर हार्वेस्टिंग एक नवीन कल आहे का ?

नाही, रेन वॉटर हार्वेस्टिंग भारतात हजारो वर्षापासून वापरात आहे. आमच्या पूर्वजांना पारंपरिक पध्दतीने पावसाचे पाणी टँक, जोहाड, माडाक आणि अशा अनेक स्थानिक नाविन्यपूर्ण संरचनांमधून हार्वेस्टिंग केले आहे. ते आजही आपण विविध राज्यात पाहू शकतो.

१९. पावसाच्या पाण्याच्या साठवणीस प्रोत्साहन देण्यासाठी कोणत्या राज्यांनी कृती केली आहे ?

सीजीडब्ल्यूए (केंद्रीय भूजल प्राधिकरण) दिशानिर्देशांच्या अनुषंगाने, राज्य/केंद्रशासित प्रदेशांव्दारे प्रोत्साहन देण्यासाठी आणि पावसाच्या पाण्याची साठवण करणे अनिवार्य

करण्यासाठी पावले उचलली आहेत. आंध्रप्रदेश, गुजरात, हरियाणा, हिमाचल प्रदेश, केरळ, मध्य प्रदेश, महाराष्ट्र, तामिळनाडू यांचे प्रादेशिक विकास प्राधिकरण, बॉम्बे महानगर पालिका आणि पिंपरी-चिंचवड महानगरपालिका, लुधियाना महानगरपालिका, सुधारणा ट्रस्ट, जालंधर. जयपूर महानगरपालिका, मुस्सी डेहराडून विकास प्राधिकरण आणि दिल्ली, दमण आणि दीव आणि पुडुचेरीच्या केंद्रशासित प्रदेशांनी पावसाचे पाणी साठवण्याची यंत्रे बसविण्यासाठी आवश्यक इमारतींमध्ये आवश्यक तरतुदी केल्या आहेत. रेन वॉटर हार्वेस्टिंग आपल्या घरी केल्यामुळे घर टॅक्स मध्ये ५ टक्के सूट देण्याची तरतूद काही राज्यात लागू आहे.

२०. रिचार्ज पिट किंवा पुनर्भरण खड्डा म्हणजे काय?

रिचार्ज पिट किंवा पुनर्भरण खड्डा म्हणजे जमिनीवर खोदलेला खड्डा होय ज्या व्दारे पावसाचे पाणी जमिनीत मुरविण्याचे काम साध्य केले जाते. जमिनीतील माती कोणत्या प्रकारची आहे यानुसार हा खोल खड्डा विटेने बांधकाम करून बंदिस्त करता येऊ शकतो. काव्ल्या भुसभुशीत रेताळ मातीत कॉंक्रीटच्या रिंग टाकून खड्डा बंदिस्त करता येऊ शकतो.

२१. रिचार्ज वेल किंवा पुनर्भरण विहीर किती खोल असणे आवश्यक आहे?

रिचार्ज वेल किंवा पुनर्भरण विहीर हि कमीत कमी तीस ते चाळीस फूट खोल असणे आवश्यक आहे.

२२. रेन वॉटर हार्वेस्टिंग प्रक्रिया सुरू करण्यासाठी मूलभूत पावले कोणती आहेत?

स्वतःला विचारा कि रेन वॉटर हार्वेस्टिंग का करायचे आहे. तुमच्या उद्देशानुसार कोणत्या प्रकारचे रेन वॉटर हार्वेस्टिंग संरचना उपयोगात आणावी हे तुम्हाला कळेल. पिण्याच्या पाण्यासाठी, वापरण्याचे पाणी गोळा करण्यासाठी, पूर नियंत्रण करण्यासाठी, भूजल पुनर्भरण करण्यासाठी, बंद पाण्याचे स्रोत सुरू करण्यासाठी जसे बंद विहीर किंवा बंद हँड पंप व्दारे जल पुनर्भरण करून पाणी मिळविण्यासाठी रेन वॉटर हार्वेस्टिंग करता येते. उद्देश ठरल्यावर त्यानुसार योग्य संरचना निवड करता येईल. अश्या संरचनेचे योग्य डिझाईन तांत्रिक सल्लागार कडून करून घेणे. यानंतर उपलब्ध स्थानिक साधन सामुग्रीचा उपयोग करून खर्च कमी करण्यासाठी विचार करावा. जमिनीतील मातीतील थर कसे आहेत, पाणी साठवण क्षमता किती आहे. विहीर किंवा बोअर वेल आहे का, पाईपची संरचना कशी असेल हे ठरवून किती खर्च करावा लागेल हे समजेल. त्यानुसार काम सुरू करावे.

एकात्मिक पर्यावरण मित्र संस्था

(रजी. नं. - महा./186/2022)

230, रवी नगर, हनुमान मंदिराच्या मागे पोस्ट एच.व्ही.पी.एम. ता. जि. अमरावती - 444605 (महाराष्ट्र)

संस्था कार्यकारिणी

१	श्री. राजेश वसंतराव उपाध्ये, अमरावती	अध्यक्ष
२	श्री. प्रवीण व्यंकटराव खांडवे, अमरावती	सचीव
३	सौ. रश्मी राजेश उपाध्ये, अमरावती	सदस्य
४	सौ. कविता प्रविण खांडवे, अमरावती	सदस्य
५	श्री. भुषण ओंकारसिंह कचवे, मुंबई	सदस्य
६	श्री. ऋषिकेश राजेश उपाध्ये, अमरावती	सदस्य
७	कु. प्रांजली प्रवीण खांडवे, अमरावती	सदस्य

पर्यावरण मित्र बना! आजच सदस्य नोंदणी अर्ज भरा.

- ✦ वेब साईट : https://emps.org.in
- ✦ ईमेल : pvkhandve@gmail.com
- ✦ संपर्क फोन : प्रा. प्रवीण खांडवे : 9822641081
  श्री. राजेश उपाध्ये : 9402172249
- ✦ संस्था पॅन नंबर : AACAE1056D
- ✦ बँक खात्याचे नाव : एकात्मिक पर्यावरण मित्र संस्था
- ✦ बँक खाते क्र. : 50100612876347
- ✦ IFSC Code : HDFC0000257
- ✦ बँकेचे नाव : HDFC Bank, Amravati

रेन वॉटर हार्वेस्टिंग : काळाची गरज ।८८।

एकात्मिक पर्यावरण मित्र संस्था

(रजी. नं. - महा./186/2022)

230, रवी नगर, हनुमान मंदिराच्या मागे पोस्ट एच.व्ही.पी.एम. ता.
जि. अमरावती - 444605 (महाराष्ट्र)

संस्थेची उद्दिष्टे

- ✦ पर्यावरण विज्ञान व तंत्रज्ञान क्षेत्रातील संशोधन व विकास कार्याला प्रोत्साहन देणे

- ✦ पर्यावरण शास्त्रज्ञ, विशेषज्ञ व अभियंते यांच्याद्वारे पर्यावरण समस्यांवर विचार विनिमय व उपाययोजनांचे कार्यान्वयन करणे

- ✦ पर्यावरण विज्ञान व तंत्रज्ञान संबंधी वैज्ञानिक व अभियांत्रिकी पैलूंचे ज्ञानाचा प्रचार व प्रसार करणे

- ✦ पर्यावरण विज्ञान व तंत्रज्ञान क्षेत्रातील अग्रगण्य गुणवंतांच्या कार्याला प्रोत्साहन देणे व त्यांचा सन्मान करणे

- ✦ राष्ट्रीय व आंतरराष्ट्रीय स्तरावर तांत्रिक संमेलन, परिसंवाद, कार्यशाळा परिचर्चा परिषद इ भरविणे

- ✦ पर्यावरणासंबंधी मासिक, हस्तपुस्तिका जर्नल, मोनोग्राफ इ प्रकाशित करणे.

- ✦ शाळा, महाविद्यालयांमध्ये विद्यार्थी अभ्यासगट बनवून संस्थेच्या उपक्रमात सहभागी करून घेणे.

- ✦ पर्यावरण मित्र व सामाजिक कार्यकर्ता यांच्या मदतीने इतर शहरांत संस्थेच्या शाखा स्थापित करणे.

- ✦ पर्यावरण जागृतीसाठी युवकांना प्रोत्साहन देण्यासाठी सामाजिक व सांस्कृतिक कार्यक्रम व स्पर्धा आयोजित करणे.

- ✦ शाश्वत ग्रामीण व शहरी विकासासाठी उपयुक्त पर्यावरणीय घटकांचे संरक्षण व संवर्धन करणे

पर्यावरण मित्र बना! आजच सदस्य नोंदणी अर्ज भरा.

एकात्मिक पर्यावरण मित्र संस्था

(रजी. नं. - महा./186/2022)

230, रवी नगर, हनुमान मंदिराच्या मागे पोस्ट एच.व्ही.पी.एम. ता.
जि. अमरावती - 444605 (महाराष्ट्र)

सदस्य नोंदणी अर्ज

१) अर्जदाराचे पूर्ण नाव

    मराठीत ....

    इंग्रजीत ....

२) पत्रव्यवहाराचा संपूर्ण पत्ता ....

....

....

३) गाव / शहराचे नाव ....

४) पिन कोड ....

५) राज्य ....

६) मोबाईल क्र. ....

७) ईमेल ....

८) सदस्य प्रकार : वार्षिक सदस्य नोंदणी शुल्क ₹ 500/-

          आजीवन सदस्य नोंदणी शुल्क ₹ 5000/-

९) नोंदणी शुल्क भरल्याचा पावती क्र. .... दि. ....

९) शिक्षण ....

१०) पर्यावरणासंबंधी कामाचा अनुभव असल्यास येथे थोडक्यात माहिती द्यावी.

....

....

....

एकात्मिक पर्यावरण मित्र संस्था

(रजी. नं. - महा./186/2022)

230, रवी नगर, हनुमान मंदिराच्या मागे पोस्ट एच.व्ही.पी.एम. ता.
जि. अमरावती - 444605 (महाराष्ट्र)

संस्थेचे उपक्रम

- ✦ रेन वॉटर हार्वेस्टिंग जनजागृती अभियान
- ✦ शाळा महाविद्यालय १५ कलमी संपूर्ण जलसंवर्धन अभियान
- ✦ महिलांसाठी १५ कलमी संपूर्ण जल संस्कार अभियान
- ✦ रेन वॉटर हार्वेस्टिंग उद्योजकता विकास कार्यशाळा
- ✦ शेतीसाठी रेन वॉटर हार्वेस्टिंग तंत्रज्ञान
- ✦ जल संवर्धन प्रसारासाठी युटयुब व्हीडीयो सीरीज
- ✦ किचन वेस्टपासून खत निर्मिती व ऑरगॉनिक फार्मिंग
- ✦ घन कचरा व्यवस्थापन मार्गदर्शन कार्यशाळा
- ✦ ग्रीन ऑडिट, एनव्हायर्मेंट ऑडिट, एनर्जी ऑडिट
- ✦ एनव्हायर्मेंट इम्पॅक्ट असेसमेंट, पर्यावरण सहल आयोजन
- ✦ रेन वॉटर हार्वेस्टिंग मोबाईल ॲप
- ✦ पर्यावरण संरक्षण निबंध व सामान्य ज्ञान स्पर्धा

संस्थेचे सदस्य होण्यासाठी नोंदणी शुल्क संस्थेच्या वेबसाईट वर ऑनलाईन फी भरून सुद्धा उपलब्ध आहे. किंवा सोबतचा नोंदणी अर्ज भरून वेगळा करा, सोबत चेक किंवा डिमांड डॉफ्ट **'एकात्मिक पर्यावरण मित्र संस्था'** या नावाने जोडून मागील बाजूस आपले संपूर्ण नाव व फोन नंबर लिहून अर्ज, डीडी / चेक पाकिटात घालून संस्थेच्या पत्त्यावर पोस्टाने पाठवा.

लेखक परिचय

प्रा. प्रवीण खांडवे

शिक्षण

बी. ई. सिव्हिल,

एम.टेक. पर्यावरण अभियांत्रिकी

डी.बी.एम., डी. आय. डी. डी. आय.टी.,

डी.आय. जे. डी.ओ.ए.एफ.ए.

बी.ए. समाजाशात्र

- ✦ उप प्राचार्य, डीन इन्फ्रास्ट्रक्चर, प्रा. राम मेघे कॉलेज ऑफ इंजिनिअरिंग अँड मनेजमेंट, बडनेरा, अमरावती.
- ✦ सहाय्यक प्राध्यापक तथा विभाग प्रमुख, स्थापत्य अभियांत्रिकी विभाग,
- ✦ सचिव, एकात्मिक पर्यावरण मित्र संस्था, अमरावती
- ✦ सहसंचालक, मिशन आय. ए. एस. फाउंडेशन, अमरावती
- ✦ पर्यावरण तज्ज्ञ, रेन वॉटर हार्वेस्टिंग एक्सपर्ट
- ✦ कार्यकारी संपादक, इंटरनॅशनल जर्नल ऑफ केमिकल अँड फिजिकल सायन्सेस
- ✦ स्पिरिच्युअल अँड मोटिवेशनल ट्रेनर, सिद्ध विजय ज्ञान तंत्र, अमरावती
- ✦ लेखक रोजगार क्षमता कौशल्ये, अभ्यासाचे प्रभावी तंत्र.
- ✦ युडेमी ऑनलाईन कोर्स ट्रेनर बेसिक लँड सर्वे -
- ✦ स्पर्धा परीक्षा संस्कार तथा एन.सी.ई.आर.टी. कोर्स साठी पी. व्ही. के. टी. स्कूल अॅप निर्माता

* मी अधिकारी होणारच!
* स्पर्धा परीक्षेकरिता तंत्र आणि मंत्र
* स्पर्धा परीक्षेकरिता मूल्ये
* यशाची गुणसुत्रे
* स्पर्धा परीक्षेची ए.बी.सी.डी.
* नवी शिक्षणपद्धती
* सुपर-६० अभ्यासक्रम
* स्वत:ला ओळखा
* प्रश्नोत्तरे
* अभिप्राय

* सफलता का रास्ता – मेहनत
* कॉम्पिटेटिव्ह एक्झॅम का गोल सेटिंग
* सिव्हिल सेवा परीक्षा की तैयारी क्यों और कैसे करें?
* स्पर्धा परीक्षा के लिये मानसिकता, निरंतरता की ताकद
* AIS कैसे बने?
* स्पर्धा परीक्षा के लिये प्लानिंग व्यक्तिमत्त्व विकास का महत्त्व

Competitive Exam Rituals

Course Duration	-	15 Days Online Mode
Fees	-	Rs. 500/-
Eligibility	-	for 6th to 12th Std
Age Group	-	12 to 20 Yr
Objective	-	Student Orientation

Effective Study Techniques

Stream	-	General All Stream
Category	-	Offline / Online Course
Course Duration	-	2 Months
Fees	-	Rs. 2000/-
Eligibility	-	for 6th to 12th Std
Age Group	-	12 to 24 Yr
Medium	-	Hindi + English
Objective	-	Capacity Building

Course Content:
Smart Student Role
Effective Learning Skill
Effective Listening
Effective Reading
Effective Writing Skill
Notes Taking Skill
Problem Solving Skill
Overcoming Language Problem
Optimizing Study Techniques

Scan to Install
PVKT School app

Our Active Mentors

Mr. Ravindra Dandage | Mr. Sunil Patil

Prof. Ramesh Pise | Captain Arvind Chandak

Dr. Harsh Yadav | Captain Raju Patil

UPSC Basic Foundation Course

Course Duration - 10 Days Online Mode
Fees - Rs. 500/-
Eligibility - for 11th Std Onwards
Age Group - 16 to 24 Yr
Objective - UPSC Orientation

10 Days UPSC Exam
Foundation Course Content:
An Overview of UPSC Exam
All About Prelims Exam
All About UPSC Mains Exam
About Essay Paper
Optional Paper in UPSC
Language Paper & Book List
Newspaper Reading
Mapping & Other Resources
NCERT Notes Preparation
All About Personal Interview
Study Plans for UPSC

Watch Importance
of NCERT
Basic Concepts in
UPSC / MPSC Exam

PVKT School App

https://pvktschool.in

NCERT for UPSC & MPSC

Stream	-	General All Stream
Category	-	Offline / Online Course
Course Duration	-	2.5 Months
Fees	-	Rs. 10000/-
Eligibility	-	for 11th Std Onwards
Age Group	-	16 to 24 Yr
Medium	-	Hindi + English
Objective	-	Concept Building

Course Content:

History - 25 Lessons (40 Hrs.)

Geography - 18 Lessons (30 Hrs.)

Polity - 10 Lessons (20 Hrs.)

Economics - 9 Lessons (20 Hrs.)

Sci. & Environment - 10 Lessons (20 Hrs.)

Concept Building based on 6th to
12th Class NCERT Books of above five
Subjects by Expert Faculty from Delhi.

The Only Unique Course in India
All Course are in Hindi + English
More than 1000+ Students Trained
Mentored by 300+ IAS Officers
Associated with Maluka IAS, Delhi

Founder Director

Dr. Nareshchandra Kathole

iasmission@gmail.com
Mob. 9890967003

Joint Director

Prof. Pravin V. Khandve

B.E.Civil, M.Tech, PG D.B.M., PG D.I.T.,
PG D.I.D., PG D.I.J., PG D.O.A.F.A., B.A.Soc.

pvkexams@gmail.com
Mob.-8275732298

Coordinator

Mr. Prashant Bhagyawant

B.Sc., M.A. Public Administration
PG Urban Planing & Development

Mob.-7798651863

Scan below QR Codes to Connect with us.

**Online Course
Website Link**

**PVKT School App
Download Link**

**Join Telegram
Group Link**

**Registration
Form Link**

Competitive Exam Preparation, Motivation, Guidance & Support Center Career Counseling

विद्यार्थ्यांच्या सर्वांगीण विकासासाठी आजच ऑनलाईन कोर्सेस जॉईन करा

प्रा. प्रवीण खांडवे यांचे ऑनलाईन कोर्सेस पी.व्ही.के.टी. स्कूल ऍपवर उपलब्ध आहेत.

Powered by

Proven Victory Knowledge Techniques

Mission IAS Foundation, Amravati

● Guidance ● Reading Hall ● Library

230, Ravi Nagar, Behind Hanuman Temple
Amravati, Pin - 444605 (M.S.)
Phone: 0721-2568126, 8275732298